哈福

哈福

哈福

哈福

—— 中文・泰文・中文拼音對照 ——

用中文

單字篇

輕鬆學泰文

・中泰對照 迷你辭典・

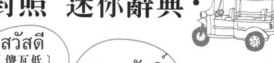

สวัสดี
〔傻瓦低〕
你好

อรุณสวัสดิ์
〔阿侖傻瓦〕
早安

ขอบคุณ
〔可昆〕
謝謝

ทานข้าว
〔湯靠〕
吃飯

SCAN

附QR碼線上音檔
行動學習・即刷即聽

施明威 ◎編著

只要會中文，就能開口說泰文

哈福

會中文就能開口說泰語

今周刊‧財訊報導：東協大躍進。東協 10 國將成亞洲新經濟發展中心！

泰國是東協 10 國的創始會員國，國人到泰國，經商、投資、觀光、自助旅行、背包客的人，越來越多，一到泰國到處都會碰到台灣人。

國內也有不少泰國監護工、家事幫傭、泰國女孩嫁到台灣來，成為台灣新住民。泰國豐富的觀光資源、物美價廉的消費，更是台灣觀光客度假的最愛。隨著兩地經貿往來的密切，也有不少到泰國洽公、商務的人士。台商能懂些泰語，也不怕中間的翻譯有問題，觀光、經商、工作都能更便利。

從字母發音開始介紹，有系統地將單字分門別類

先學單字是初學泰語的基本要求，單字懂越多，聽說讀寫能力才能突破，本書內容豐富活潑、簡單易學，可做中‧泰對照迷你辭典，是短時間＆高效率的最佳工具書，迅速強化泰語的基礎。本書從字母發音開始介紹，有系統地將單字分門別類，收錄實用性強、出現頻率最高的 2000 精華單字。泰文部分特加上中文拼音，懂中文就能開口說泰語，易學易懂，可以馬上套用，看中文或拼音，就能立刻說泰語，完全沒有學習的負擔，開口流利又道地，輕鬆學好泰語。幫助讀者快速學習，達到溝通目的。有了豐富的詞彙，可以快速學習日常生活會話，很快的你的泰語就能流利脫口說。

書中特別整理「TRAVEL TIPS」，做為讀者學習的充電站，收集赴泰購物、觀光、飲食、風土人情的最新情報，提供讀者對泰國有初步的認識，極富閱讀價值和趣味 。

多聽線上 MP3，效果事半功倍，就好像請了一位免費的泰語家教

　　學語言最好是在當地的環境，學習效果最佳，如果沒有良好的學習環境，為了造福自學的讀者，本書特聘泰籍專業老師，錄製道地的泰語，請您多聽線上 MP3 內容、反覆練習，學習標準的發音和聲調，發揮最佳效果。錄音內容為中文唸一遍、泰文唸兩遍，第一遍為正常速度、第二遍唸稍慢，以利讀者覆誦學習，有助你掌握實際的發音技巧，加強聽說能力，學好純正的泰語。

　　不用上補習班，有此一書，搭配 MP3 學習，效果事半功倍，就好像請了一位免費的泰語家教，是你自學泰語的好幫手。請讀者注意錄音老師的唸法，跟著老師的發音，才能講出最標準的語調，反覆練習，自然說出一口純正的泰語。

本書使用方法

全國第一本中‧泰對照迷你詞典

易學好記	簡易中文注音法，懂中文就會說泰語，（台）表示接近台語發音。每個單字都是簡單實用的，讓你快速記憶，更懂得如何正確應用每個單字。
編排清晰	內容依情境分類，採中文、泰文、拼音對照，排版設計一目瞭然，一書在手，學習事半功倍。
線上 MP3	由泰籍專業老師錄製線上 MP3，請多聽發音示範，幫助你熟悉道地的泰語發音和語調，輕鬆打好泰語的基礎，很快的你也能說一口道地的泰語。

Contents

Part 1 常用語篇
บทคำสนทนาทั่วไป 跛康聳他那唾掰

Part 2　大自然篇
บทธรรมชาติ 跛湯嗎恰

Contents

Contents

Part 6　美食篇
บทอาหาร　跛阿韓

Contents

Part 8 娛樂活動篇
บทกิจกรรมบันเทิง 跛吉甲干班騰

Contents

Part 9 學校篇
บทโรงเรียน 跛掄拎

ไปโรงเรียน 掰掄拎

โรงเรียน 攏拎

Part 10 上班篇
บททำงาน 跛湯囝

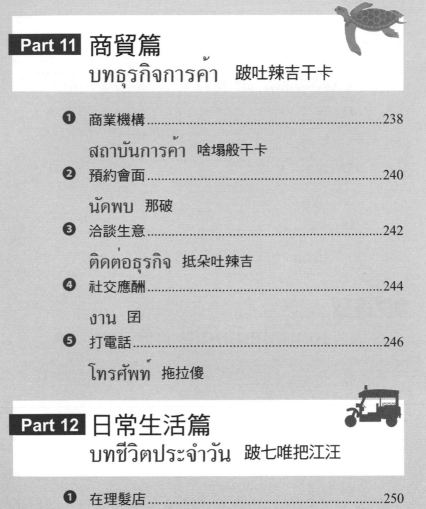

Contents

Part 13 人際互動篇
บทมนุษยสัมพันธ์　跛嗎奴沙亞嗓潘

泰語簡單入門

泰語簡介

泰語也稱暹邏語,目前為泰國的官方語言,屬漢藏語系的一支,使用人口約有六千萬人。泰語分書面語和口語,本書採用較實用的口語體。

泰語是十三世紀素可泰王朝的國王藍甘亨大帝所創,泰語中吸收了大量的梵文、巴利語,還有其他高棉語、馬來語、漢語、英語詞彙。

泰文為拼音文字,子音字母有四十四個,其中有兩個較少使用已廢除。子音字母共有子音音素三十二個。其中單子音有二十一個,複合子音有十一個,可分為三類:中子音、高子音、低子音。

泰語母音有三十二個,分長短可以區別詞義,有單母音和複合母音兩類,複合母音又可分為雙母音和三母音。母音字母可出現在子音字母的前後,也可出現在子音字母的上、下部位。

泰語有四個聲調符號,第一聲調不標符號,可分五種聲調。泰語聲調的高、低、升、降,可區別意義。書寫時,聲調符號標在子音的右上角。若子音上方有母音,須寫在母音之上。泰語的聲調不同,意思也會有所不同。

泰語詞彙主要是單音節詞,無時態變化,以詞序和虛詞表達語法意義。泰語句子通常包括主語和謂語,基本詞序是主語、謂語、受詞。泰文書寫方式為自左而右,通常不使用標點符號。

◆ 子音介紹

MP3-2

	子音	音標	拼音	單字	拼音	中文
1	ก	k	鍋	ไก่	改	雞
2	ข	kh	咳	ไข่	凱	蛋
3	ฃ	kh	咳	ขวด	垮	瓶子
4	ค	kh	科	ควาย	咼	牛
5	ฅ	kh	科	คน	空	人
6	ฆ	kh	科	ระฆัง	辣康	鐘
7	ง	n	呢	งู	奴	蛇
8	จ	c	桌	จาน	髒	盤子
9	ฉ	ch	措	ฉิ่ง	請	小鈸
10	ช	ch	搓	ช้าง	強	象
11	ซ	s	說	โซ่	碩	鐵鍊
12	ฌ	ch	搓	เฌอ	搓呷車	樹木
13	ญ	y	唷	หญิง	銀	女士
14	ฎ	d	多	ชฎา	恰搭	冠

	子音	音標	拼音	單字	拼音	中文
15	ฏ	t	多	ปฏัก	把打	刺棍
16	ฐ	th	陀	ฐาน	唐	塔座
17	ฑ	th	脫	มณโฑ	曼陀	魔后（美女）
18	ฒ	th	脫	ผู้เฒ่า	舖套	老翁
19	ณ	n	挪	เณร	寧	小僧
20	ด	d	多	เด็ก	疊	小孩
21	ต	t	多	เต่า	倒	烏龜
22	ถ	th	駝	ถุง	同	袋子
23	ท	th	脫	ทหาร	踏航	軍人
24	ธ	th	脫	ธง	通	旗
25	น	n	呢	หนู	奴	老鼠
26	บ	b	玻	ใบไม้	掰埋	葉子
27	ป	p	玻	ปลา	八	魚
28	ผ	ph	婆	ผึ้ง	碰	蜜蜂
29	ฝ	f	佛	ฝา	法	蓋子

	子音	音標	拼音	單字	拼音	中文
30	พ	ph	波	พาน	潘	奉獻盤
31	ฟ	f	ㄷ	ฟัน	方	牙齒
32	ภ	ph	潑	สำเภา	散拋	帆船
33	ม	m	摸	ม้า	麻	馬
34	ย	y	唷	ยักษ์	亞	妖怪
35	ร	r	囉	เรือ	了	船
36	ล	l	囉	ลิง	拎	猴子
37	ว	w	窩	แหวน	文	戒指
38	ศ	s	所	ศาลา	啥拉	涼亭
39	ษ	s	索	ฤๅษี	了昔	隱修人
40	ส	s	索	เสือ	捨	老虎
41	ห	h	合	หีบ	喜	箱子
42	ฬ	l	囉	จุฬา	主拉	風箏
43	อ	o	喔	อ่าง	俺	盆
44	ฮ	h	豁	นกฮูก	諾戶	貓頭鷹

◆ 母音介紹

	母音	音標	拼音	單字	拼音	中文
1	-ะ	a	啊	จะ	甲	將或要
2	-า	a	啊	วาจา	哇佳	言語
3	-ิ	i	易	ปิด	比	關
4	-ี	i	衣	สีเขียว	習求	綠色
5	-ึ	u	勿	นึกถึง	嫩疼	想到
6	-ื	u	無	มือถือ	悶疼	手機
7	-ุ	u	物	สุข	數	快樂
8	-ู	u	烏	ลูกหมู	路模	小豬
9	เ-ะ	e	耶	เกะกะ	給軋	雜亂
10	เ-	e	耶	เท	貼	倒

	母音	音標	拼音	單字	拼音	中文
11	แ-ะ	ae	耶	และ	列	與
12	แ-	ae	耶	แต่	跌	但
13	โ-ะ	o	哦	โต๊ะ	惰	桌子
14	โ-	o	哦	โมโห	摸河	生氣
15	เ-าะ	o	哦	เหมาะเจาะ	抹左	合適 恰當
16	-อ	o	哦	รอ	囉	等待
17	เ-อะ	oe	哦	เลอะเทอะ	樂特	髒兮兮
18	เ-อ	oe	額	เจอ	遮	遇見
19	เ-ียะ	ia	亞	เกี๊ยะ	寄阿	木屐
20	เ-ีย	ia	訝	เสีย	峽	壞
21	เ-ือะ	ua	俄	เดือะ	得	無中文意思

	母音	音標	拼音	單字	拼音	中文
22	เ-ือ	ua	俄	เบื่อ	本阿	厭煩
23	-ัวะ	ua	哇	อัวะ	啊襪	我
24	-ัว	uw	娃	หัว	華	頭
25	-ำ	am	安	ทำ	湯	作
26	ใ-	ai	賣姆	ใจ	災	心
27	ไ-	ai	賣姆拉	ไม่	賣	不
28	เ-า	ai	凹	เกา	高	抓癢
29	ฤ รึ	th	樂日	ฤดู	樂都	季節
30	ฤา รือ	th	樂日	ฤาษี	了昔	隱修人
31	ฦ ลึ	th	樂日	ฦาชา	了叉	對國王之稱呼
32	ฦา ลือ	th	樂了	ฦาสาย	了骰	對國王之稱呼

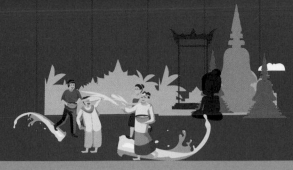

Part 1 常用語篇

บทคำสนทนาทั่วไป

跛康聳他那唾掰

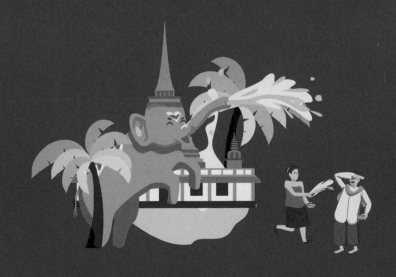

1 數字

ตัวเลข 多獵

MP3-4

中文	泰語 & 中文拼音
一	หนึ่ง 能
二	สอง 聳
三	สาม 嗓
四	สี่ 喜
五	ห้า 哈
六	หก 火
七	เจ็ด 姐
八	แปด 別
九	เก้า 告
十	สิบ 洗

中文	泰語 & 中文拼音
二十　　·	ยี่สิบ 玉洗
三十	สามสิบ 嗓洗
四十	สี่สิบ 喜洗
五十	ห้าสิบ 哈洗
六十	หกสิบ 火洗
七十	เจ็ดสิบ 姐洗
八十	แปดสิบ 別洗
九十	เก้าสิบ 告洗
一百	หนึ่งร้อย 能來
一千	หนึ่งพัน 能潘

中文	泰語 & 中文拼音
一萬	หนึ่งหมื่น 能們
千萬	สิบล้าน 洗爛
百萬	ล้าน 爛
億	ร้อยล้าน 來爛

TRAVEL TIPS

是拉差龍虎園－老虎 vs. 鱷魚

　　如果有人敢騎在老虎的背上，你相信嗎？在是拉差龍虎園，不一定要是泰山才能讓老虎溫馴的成為你的座騎，就算是小孩子，也一樣能讓老虎乖乖地任人撫摸。

　　是拉差龍虎園，目前已經飼養約兩百頭的孟加拉虎，是世界上最大的虎園，你不但可以抱著可愛的小老虎照相，也可以勇敢的捋著虎鬚扮演「泰山」，因為在這裡，所有的老虎都是和小豬一起長大的，從小喝母豬奶的老虎和小豬成為好朋友，不但營養更好、發育完全，而且個性溫馴許多，可以供觀光客拍照、撫摸。是拉差龍虎園還飼養著鱷魚，驚險的鱷魚秀，會令遊客看了捏一把冷汗，而溫馨的小鱷魚誕生場景，則可以讓人體驗鱷魚蛋在手中孵化、破殼的奇妙經驗。

2 數量詞

ศัพท์ตัวเลข 傻多列

MP3-5

中文	泰語 & 中文拼音
一枝筆	ดินสอหนึ่งแท่ง 丁所能捺
一支牙刷	แปรงสีฟันหนึ่งด้าม 編昔方能但
一張紙	กระดาษหนึ่งแผ่น 嘎打能品
一張桌子	โต๊ะหนึ่งตัว 惰能多
一本書	หนังสือหนึ่งเล่ม 南十能練
一本筆記本	สมุดโน๊ตหนึ่งเล่ม 傻母諾能練
一雙鞋子	รองเท้าหนึ่งคู่ 龍套能酷
一雙襪子	ถุงเท้าหนึ่งคู่ 同套能酷
一個杯子	แก้วหนึ่งใบ 叫能掰
一只雞蛋	ไข่หนึ่งฟอง 凱能風

中文	泰語 & 中文拼音
一個蘋果	แอปเปิ้ลหนึ่งลูก ㄝ笨能路
一串香蕉	กล้วยหนึ่งหวี 貴能魚
一匹馬	ม้าหนึ่งตัว 馬能多
一條魚	ปลาหนึ่งตัว 八能多
一頭狗	สุนัขหนึ่งตัว 屬那能多
一隻鳥	นกหนึ่งตัว 諾能多

加油！加油！每天都有進步！

3 節慶

วันเทศกาล 汪帖傻干

MP3-6

中文	泰語 & 中文拼音
元旦 （1 月 1 日）	วันขึ้นปีใหม่ (วันที่ 1 เดือน มกราคม) 汪揹逼買（汪替能登罵嘎拉空）
萬佛節 （2 月月圓日）	วันมาฆบูชา (วันขึ้น15ค่ำ เดือน กุมภาพันธ์) 汪罵卡逋掐（汪揹洗哈看登宮趴潘）
開國紀念日 （4 月 6 日）	วันจักรี (วันที่ 6 เดือนเมษายน) 汪假嘎哩（汪替火登咩啥傭）
潑水節 （4 月 13-15 日）	วันสงกรานต์ (วันที่ 13-15 เดือนเมษายน) 汪聳干（汪替洗嗓痛洗哈登咩啥傭）
國王登基紀念日 （5 月 5 日）	วันฉัตรมงคล (วันที่ 5 เดือนพฤษภาคม) 汪恰夢空（汪替哈登瀑傻趴空）
春耕節 （5 月上旬吉日）	วันพืชมงคล (ช่วงวันดีต้นเดือนพฤษภาคม) 汪頗夢空（串汪低凍登瀑傻趴空）

中文	泰語 & 中文拼音
佛誕節 （5 月 28 日）	วันวิสาขบูชา (วันที่ 28 เดือนพฤษภาคม) 汪玉啥卡逋掐（汪替玉別登瀑傻趴空）
守夏節 （7 月 27 日）	วันเข้าพรรษา (วันที่ 27เดือนกรกฎาคม) 汪靠潘啥（汪替玉姐登嘎辣嘎搭空）
母親節	วันแม่ (วันเฉลิมฯพระบรมราชินีนาถ วันที่ 12เดือนสิงหาคม) 汪滅（汪恰冷怕八掄拉七尼那 汪替洗聳登行蛤空）
五世皇紀念日 （10 月 23 日）	วันปิยมหาราช (วันที่ 23เดือนตุลาคม) 汪比亞罵蛤辣（汪替玉嗓登賭拉空）
父親節 （國王誕辰 12 月 5 日）	วันพ่อ (วันเฉลิมฯพระเจ้าอยู่หัว วันที่ 5เดือนธันวาคม) 汪破（汪恰冷怕叫有華 汪替哈登湯哇空）
聖誕節 （12 月 25 日）	วันคริตสมาส (วันที่ 25เดือนธันวาคม) 汪奇十罵（汪替玉哈登湯哇空）

中文	泰語 & 中文拼音
國慶日	วันชาติ 汪恰
水燈節 （在清邁）	วันลอยกระทง (ที่เชียงใหม่) 汪萊嘎通（替千買）
花節 （在清邁）	เทศกาลดอกไม้ประดับ (ที่เชียงใหม่) 帖傻干朵麥把答（替千買）

多會一種外語，為自己加分！

4 國家

ประเทศ 把帖

MP3-7

中文	泰語 & 中文拼音
泰國	ประเทศไทย 把帖胎
台灣	ไต้หวัน 代王
越南	เวียดนาม 越喃
印尼	อินโดนีเซีย 因多尼些
馬來西亞	มาเลเซีย 嗎咧些
新加坡	สิงคโปร์ 行卡波
緬甸	พม่า 帕罵
中國	ประเทศจีน 把帖金
日本	ญี่ปุ่น 玉本
韓國	เกาหลี 高離

中文	泰語 & 中文拼音
香港	**ฮ่องกง** 閧公
澳門	**มาเก๊า** 嗎告
印度	**อินเดีย** 因爹
美國	**อเมริกา** 阿咩利嘎
加拿大	**แคนาดา** 坑那搭
德國	**เยอรมัน** 耶拉曼
法國	**ฝรั่งเศส** 法郎寫
西班牙	**สเปน** 傻編
葡萄牙	**โปรตุเกส** 波都給
義大利	**อิตาลี** 以搭哩

中文	泰語 & 中文拼音
瑞士	**สวิสเซอร์แลนด์** 傻玉賒拎
荷蘭	**เนเธอร์แลนด์** 捏特拎
比利時	**เบลเยี่ยม** 濱厭
瑞典	**สวีเดน** 十淤點
丹麥	**เดนมาร์ก** 顛麼
蘇俄（俄國）	**โซเวียต** 說月
澳洲	**ออสเตรเลีย** 哦十的咧
巴西	**บราซิล** 八休
墨西哥	**เม็กซิโก** 滅西郭

5 疑問詞
ศัพท์ปุจฉา 傻補查

MP3-8

中文	泰語 & 中文拼音
什麼？	อะไร? 阿萊
為什麼？	เพราะอะไร? 破阿萊
怎樣？	ทำไม? 湯埋
哪一個？	อันไหน? 安乃
哪一位？	ผู้ใด? 舖呆
什麼時候？	เมื่อไหร่? 莫來
幾點鐘？	กี่โมงแล้ว? 幾蒙寮
在哪裡？	อยู่ที่ไหน? 唷替乃
哪些？	พวกไหน? 破乃
多少？	เท่าไร? 套萊

中文	泰語 & 中文拼音
多少個？	กี่อัน? 幾安
多少錢？	ราคาเท่าไร? 拉卡套萊
要不要？	เอาไม่เอา? 凹麥凹
想不想？	อยากไหม? 啞埋
好不好？	ดีไม่ดี? 低麥低
多遠？	ไกลไหม? 該埋
多久？	นานไหม? 喃埋
這是什麼？	นี่คืออะไร? 逆科阿萊
那是什麼？	นั่นคืออะไร? 難科阿萊
哪個車站？	สถานีไหน? 傻唐尼乃

6 代名詞

ศัพท์สรรพนาม 傻嗓趴喃

MP3-9

中文	泰語 & 中文拼音
你	คุณ; เธอ 昆 特
我	ฉัน; ผม 強 朋
他	เขา 考
她	หล่อน 攏
你們	พวกคุณ 破昆
我們	พวกเรา 破姥
他們	พวกเขา 破考
誰	ใคร 開
你的	ของเธอ 孔特
我的	ของฉัน 孔強

中文	泰語 & 中文拼音
他的	ของเขา 孔考
誰的	ของใคร 孔開
這個	อันนี้ 安尼
這裡	ที่นี่ 替逆
這些	พวกนี้ 破尼
那些	พวกนั้น 破南
那個	อันนั้น 安南
那裡	ที่นั่น 替難

學習的動力＋壓力，激發個人潛力，
邁向泰語成功之路！

7 行動

ปฏิบัติการ 把抵把干

MP3-10

中文	泰語 & 中文拼音
出去	ออกไป 哦掰
回來	กลับมา 嘎嗎
吃飯	กินข้าว 金靠
吃早餐	กินอาหารเช้า 金阿韓瞧
吃午餐	กินอาหารเที่ยง 金阿韓舔
吃晚餐	กินอาหารเย็น 金阿韓因
吃點心	กินขนมว่าง 金卡農旺
喝水	ดื่มน้ำ 等難
烹飪	หุงต้ม 洪動
買菜	ซื้อผัก 石啪

中文	泰語 & 中文拼音
洗菜	ล้างผัก 浪啪
帶小孩	ดูแลเด็ก 都咧疊
睡覺	นอน 濃
休息	พักผ่อน 帕彭
散步	เดินเล่น 登練
旅遊	ท่องเที่ยว 通透
度假	พักร้อน 帕哢
坐下	นั่งลง 難攏
站立	ยืน 仁
穿戴	สวมใส่ 損骰

中文	泰語 & 中文拼音
開門	**เปิดประตู** 伯把都
關門	**ปิดประตู** 比把都
上樓	**ขึ้นชั้นบน** 掯嗆崩
下樓	**ลงชั้นล่าง** 攏嗆浪
開車	**ขับรถ** 卡洛
騎車（腳踏車）	**ขี่รถ (จักรยาน)** 奇洛（假嘎央）
工作	**ทำงาน** 湯固
划船	**พายเรือ** 拍了
製做	**ประดิษฐ์** 把迪
種植	**เพาะปลูก** 破補

中文	泰語 & 中文拼音
販賣	**ค้าขาย** 卡凱
購物	**ซื้อของ** 石孔
交換	**แลกเปลี่ยน** 列扁
借用	**ยืมใช้** 扔蔡
上學	**เข้าเรียน** 靠蓮
閱讀	**อ่าน** 俺
寫字	**เขียน** 前
做功課	**ทำการบ้าน** 湯千棒
說話	**พูด** 舖
會面	**พบหน้า** 破納

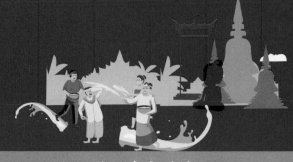

Part 2 大自然篇

บทธรรมชาติ

跛湯嗎恰

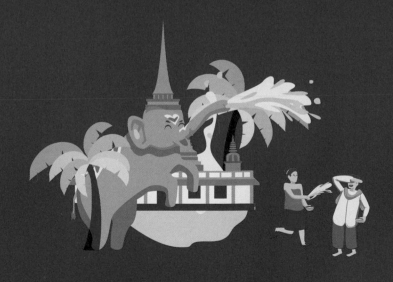

1 時間

เวลา 唯拉

MP3-11

中文	泰語 & 中文拼音
一點	บ่ายโมง 佰蒙
兩點	บ่ายสองโมง 佰聳蒙
三點	บ่ายสามโมง 佰嗓蒙
四點	สี่โมงเย็น 喜蒙因
五點	ห้าโมงเย็น 哈蒙因
六點	หกโมงเย็น 火蒙因
七點	หนึ่งทุ่ม 能痛
八點	สองทุ่ม 聳痛
九點	สามทุ่ม 嗓痛
十點	สี่ทุ่ม 喜痛

中文	泰語 & 中文拼音
十一點	ห้าทุ่ม 哈痛
十二點	เที่ยงคืน 掭坑
十點半	สิบโมงครึ่ง 洗蒙捎
六點十五分	หกโมงสิบห้านาที 火蒙洗哈那梯
一個小時	หนึ่งชั่วโมง 能措蒙
半個小時	ครึ่งชั่วโมง 捎措蒙
五分鐘	ห้านาที 哈那梯
十五分鐘	สิบห้านาที 洗哈那梯
差五分鐘到五點	อีกห้านาทีจะห้าโมง （四點五十五分）以哈那梯甲哈蒙
差十五分鐘到兩點	อีกสิบห้านาทีจะสองโมง （一點四十五分）以洗哈那梯甲銮蒙

中文	泰語 & 中文拼音
時	**ชั่วโมง** 措蒙
分	**นาที** 那梯
秒	**วินาที** 玉那梯
刻	**สิบห้านาที** 洗哈那梯
今天	**วันนี้** 汪尼
明天	**พรุ่งนี้** 碰尼
昨天	**เมื่อวาน** 墨汪
前天	**เมื่อวานซืน** 墨汪生
後天	**วันมะรืน** 汪罵愣
每天	**ทุกวัน** 吐汪

中文	泰語 & 中文拼音
早上	ตอนเช้า 端喬
中午	ตอนเที่ยง 端掭
下午	ตอนบ่าย 端佰
晚上	ตอนกลางคืน 端干吭
傍晚	ตอนเย็น 端因
過去	อดีต 阿抵
現在	ปัจจุบัน 把主班
未來	อนาคต 阿那擴

 跟著線上 MP3 多聽多學，學習效果超強！

2 日期、月份
วันที่ เดือนที่ 汪替 登替

MP3-12

中文	泰語 & 中文拼音
西元紀年	คริสต์ศักราช 可利十洒嘎啦
陰曆	จันทรคติ 江踏卡抵
一月	มกราคม 罵嘎拉空
二月	กุมภาพันธ์ 功趴潘
三月	มีนาคม 咪那空
四月	เมษายน 咩啥傭
五月	พฤษภาคม 迫傻趴空
六月	มิถุนายน 密吐那傭
七月	กรกฎาคม 嘎辣嘎搭空
八月	สิงหาคม 行蛤空

中文	泰語 & 中文拼音
九月	**กันยายน** 干壓傭
十月	**ตุลาคม** 賭拉空
十一月	**พฤศจิกายน** 迫洒幾嘎傭
十二月	**ธันวาคม** 湯哇空
一月一日	**วันที่ 1 มกราคม** 汪替能 罵嘎拉空
三月十五日	**วันที่ 15 มีนาคม** 汪替洗哈 咪那空
星期一	**วันจันทร์** 汪江
星期二	**วันอังคาร** 汪安康
星期三	**วันพุธ** 汪瀑
星期四	**วันพฤหัสบดี** 汪迫樂蛤洒伯低

中文	泰語 & 中文拼音
星期五	วันศุกร์ 汪數
星期六	วันเสาร์ 汪勺
星期日	วันอาทิตย์ 汪阿替
週末	สุดสัปดาห์ 屬洒把搭
假日	วันหยุด 汪唷
平日	วันธรรมดา 汪湯嗎搭
這星期	สัปดาห์นี้ 洒搭尼
上星期	สัปดาห์ที่แล้ว 洒搭替寮
下星期	สัปดาห์หน้า 洒搭納
這個月	เดือนนี้ 登尼

中文	泰語 & 中文拼音
上個月	เดือนที่แล้ว 登替寮
下個月	เดือนหน้า 登納
今年	ปีนี้ 嗶尼
去年	ปีที่แล้ว 嗶替寮
明年	ปีหน้า 嗶納
年初	ต้นปี 凍嗶
年中	กลางปี 岡嗶
年底	ปลายปี 掰嗶

 超簡單的內容，泰文很 Easy，學習好 Happy ！

3 氣候

ภูมิอากาศ 彭密阿嘎

MP3-13

中文	泰語 & 中文拼音
乾季	ฤดูแห้งแล้ง 樂都漢零
雨季	ฤดูฝน 樂都逢
春季	ฤดูใบไม้ผลิ 樂都掰麥疋
夏季	ฤดูร้อน 樂都攏
秋季	ฤดูใบไม้ร่วง 樂都掰麥亂
冬季	ฤดูหนาว 樂都撓
彩虹	รุ้ง 啌
閃電	ฟ้าแลบ 法列
打雷	ฟ้าร้อง ฟ้าผ่า 法攏 法爬
雲	เมฆ 滅

中文	泰語 & 中文拼音
烏雲	**เมฆคลื้ม** 滅揹
風	**ลม** 攏
颶風	**ลมพัด** 攏帕
颱風	**พายุไต้ฝุ่น** 趴育代逢
龍捲風	**พายุทอร์นาโด** 趴育拖那多
霧	**หมอก** 抹
起霧	**มีหมอก** 咪抹
雨	**ฝน** 逢
小雨	**ฝนตกเบา** 逢朵包
大雨	**ฝนตกหนัก** 逢朵哪

中文	泰語 & 中文拼音
下雪	หิมะตก 昔罵朵
霜	น้ำค้างแข็ง 難看肯
晴天	ท้องฟ้าปลอดโปร่ง 同法跛甬
雨天	วันฝนตก 汪逢朵
陰天	ท้องฟ้ามืดครึ้ม 同法悶肯
天空	ท้องฟ้า 同法
白天	กลางวัน 岡汪
晚上（夜裡）	กลางคืน 岡吭
炎熱	ร้อน 攏
潮濕	ชื้น 蹭

中文	泰語 & 中文拼音
暖和	อุ่น 嗯
涼爽	เย็นสบายดี 因傻掰低
寒冷	หนาว 撓
氣溫	อุณหภูมิอากาศ 烏那哈彭阿嘎
濕度	ความชื้น 匡陳
天氣預報	การพยากรณ์อากาศ 岡帕壓功阿嘎
高溫	อุณหภูมิสูง 烏那哈彭聳
低溫	อุณหภูมิต่ำ 烏那哈彭擋
氣壓	ความกดอากาศ 匡果阿嘎

4 位置
สถานที่ 傻唐替

MP3-14

中文	泰語 & 中文拼音
前	หน้า 納
後	หลัง 藍
上	ขึ้น;บน 措 崩
下	ลง;ล่าง 龍 浪
右	ขวา 跨
左	ซ้าย 晒
中間	กลาง 岡
外面	ข้างนอก 看諾
旁邊	ด้านข้าง 但看
對面	ตรงข้าม 東抗

中文	泰語 & 中文拼音
側面	ด้านข้าง 但看
隔壁	ข้างบ้าน 看伴
這裡	ที่นี่ 替逆
那裡	ที่โน้น 替弄
這邊	ด้านนี้ 但尼
那邊	ด้านโน้น 但弄
東邊	ด้านตะวันออก 但打汪哦
西邊	ด้านตะวันตก 但打汪朵
南邊	ทางใต้ 湯代
北邊	ทางเหนือ 湯呢

5 天文

ดาราศาสตร์ 搭拉傻

MP3-15

中文	泰語 & 中文拼音
宇宙	จักรวาล 假嘎汪
地球	โลก 洛
月球	พระจันทร์ 帕江
太陽	พระอาทิตย์ 帕阿替
銀河	ทางช้างเผือก 湯嗆迫
行星	ดาวเคราะห์ 刀擴
星星	ดาว 刀
流星	ดาวตก 刀朵
彗星	ดาวหาง 刀韓
日蝕	สุริยคราส 數利壓卡

中文	泰語 & 中文拼音
月蝕	จันทรคราส 江踏喀
大氣層	อากาศชั้นสูง ชั้นโอโซน 阿嘎嗆聳 嗆哦松
赤道	เส้นศูนย์สูตร 線損數
北極	ขั้วโลกเหนือ 夸洛呢
南極	ขั้วโลกใต้ 夸洛代
太空	อวกาศ 阿窩嘎
太空船	ยานอวกาศ 央阿窩嘎
衛星	ดาวเทียม 刀天
水瓶座	ราศีกุมภ์ 拉昔工
雙魚座	ราศีมีน 拉昔明

中文	泰語 & 中文拼音
牡羊座	ราศีเมษ 拉昔滅
金牛座	ราศีพฤษภ 拉昔碰
雙子座	ราศีเมถุน 拉昔咩同
巨蟹座	ราศีกรกฎ 拉昔果
獅子座	ราศีสิงค์ 拉昔形
處女座	ราศีกันย์ 拉昔岡
天平座	ราศีตุล 拉昔東
天蠍座	ราศีพิจิก 拉昔闢幾
射手座	ราศีธนู 拉昔它努
摩羯座	ราศีมังกร 拉昔滿工

6 自然景觀

ทิวทัศน์ธรรมชาติ 偷踏湯嗎恰

MP3-16

中文	泰語 & 中文拼音
山	ภูเขา 噗考
山頂	ยอดเขา 唷考
山谷	หุบเขา 唬考
山洞	ถ้ำ 嘆
石灰岩山	ภูเขาหินปูน 噗考行本
平原	ทุ่งราบ 痛辣
稻田	ทุ่งนา 痛哪
梯田	นาขั้นบันได 那抗班呆
盆地	พื้นที่ที่ต่ำเป็นท้องกะทะ 碰替替擋兵痛嘎踏
海	ทะเล 踏咧

中文	泰語 & 中文拼音
海浪	**คลื่นทะเล** 捐踏咧
河流	**แม่น้ำ** 滅難
湖	**ทะเลสาบ** 踏咧傻
瀑布	**น้ำตก** 難朵
島	**เกาะ** 果
池塘	**บ่อน้ำ สระน้ำ** 跛難 傻男
沙漠	**ทะเลทราย** 踏咧篩
綠洲	**โอเอซิส** 哦耶昔
沼澤	**บึง** 奔

7 植物
พืช ต้นไม้ 盆凍麥

MP3-17

中文	泰語 & 中文拼音
蘭花	ดอกกล้วยไม้ 朵桂埋
茉莉	ดอกมะลิ 朵罵麗
荷花	ดอกบัว 朵波
玫瑰	ดอกกุหลาบ 朵股啦
玉蘭花	ดอกจำปี 朵將逼
繡球花	ดอกพู่ระหงค์ 朵舖辣紅
桃花	ดอกท้อ 朵唾
桂花	ดอกอบเชย 朵喔崔
菊花	ดอกเก๊กฮวย 朵介灰
李花	ดอกลี้ 朵離

中文	泰語 & 中文拼音
杏花	ดอกเห็ง 朵橫
百合	ดอกเป๊ะฮะ 朵彆哈
水仙	ดอกจุยเจียง 朵最煎
薰衣草	ลาเวนเดอร์ 拉聞得
蘆薈	ว่านหางจระเข้ 旺韓桌辣客
薄荷	เปเปอร์มินต์ 別伯明
菩提樹	ต้นโพธิ 凍坡
椰子樹	ต้นมะพร้าว 凍罵炮
棕櫚樹	ต้นตาล 動當
柚木	ไม้สัก 麥傻

中文	泰語 & 中文拼音
竹子	ไม้ไผ่ 麥排
仙人掌	ตะบองเพชร 打蹦撇
樟樹	ต้นการบูร 凍干拉通
檳榔樹	ต้นหมาก 凍馬
芭蕉樹	ต้นกล้วย 凍桂
榕樹	ต้นไทร 動塞
楊柳	ต้นหลิว 凍流
稻米	ข้าวสาร 靠賞
小麥	ข้าวไร ข้าวบาเล่ย์ 靠來 靠八烈
花	ดอกไม้ 朵埋

中文	泰語 & 中文拼音
花苞	ดอกตูม 朵東
花蜜	น้ำหวานดอกไม้ 難王朵麥
花粉	เกสรดอกไม้ 給宋朵麥
開花	ดอกบาน 朵班
葉子	ใบไม้ 掰麥
樹木	ต้นไม้ 凍麥
樹葉	ใบไม้ 掰麥
樹枝	ก้านไม้ 幹麥
果實	ผล 朋
種子	เมล็ดพันธุ์ 罵列潘

中文	泰語 & 中文拼音
草	หญ้า 訝
盆景	ทัศนียภาพกระถาง 踏傻尼壓帕嘎堂

TRAVEL TIPS

人妖—安能辨我是雌雄？

　　泰國的特產相當多，椰子、榴槤、珠寶玉石、泰絲、木雕等手工藝品，令人眼花撩亂，許多觀光客到泰國總會帶點紀念品回去，不過其中有一項特產是觀光客帶不回去的，那就是「人妖」。泰國的人妖本來是一些窮困人家因為養不起孩子，所以被迫讓兒子從小注射女性賀爾蒙，裝扮成女孩的模樣表演歌舞，以賺取生活費，不過現在則有些是男同性戀者自願成為人妖，為的則是早日賺夠變性的費用。

　　人妖秀是泰國的一大特色，原本是男兒身的人妖，看他們豐滿的胸部、圓翹的臀部，以及舉手投足之間妖嬈多姿的媚態，比女人還要女人，真會讓女性也自嘆弗如。

　　過去泰國的人妖也曾受邀巡迴世界演出，但後來泰國政府鼓勵人妖表演團體留在國內，一方面可以避免某些國家人民歧視的眼光，另一方面也可增進觀光收入。於是以後無論是哪個國家的觀光客想看人妖秀，就一定得到泰國來，這也成為所有觀光客到泰國必備的行程。

8 動物

สัตว์ 傻

MP3-18

中文	泰語 & 中文拼音
狗	หมา สุนัข 麻 屬那
貓	แมว 妙
兔子	กระต่าย 嘎歹
馬	ม้า 麻
驢	ลา 拉
鹿	กวาง 光
狐狸	จิ้งจอก 進昨
狼	หมาป่า 麻把
獅子	สิงห์โต 行多
老虎	เสือ 捨

中文	泰語 & 中文拼音
大象	ช้าง 嗆
熊	หมี 迷
猴子	ลิง 拎
海豚	ปลาโลมา 八囉嗎
小鳥	นกน้อย 諾奈
麻雀	นกกระจอก 諾嘎昨
白鷺鷥	นกกระสา 諾嘎啥
燕子	นกนางแอ่น 諾喃煙
鴿子	นกพิราบ 諾屁辣
海鷗	นกนางนวล 諾喃暖

中文	泰語 & 中文拼音
烏鴉	นกกา 諾嘎
蝙蝠	ค้างคาว 看考
烏龜	เต่า 倒
老鼠	หนู 奴
眼鏡蛇	งูจงอาง 嗚中庵

 配合線上 MP3 活學活用，發揮強大的學習效果！

9 昆蟲

แมลง 罵拎

MP3-19

中文	泰語 & 中文拼音
蝴蝶	ผีเสื้อ 皮社
蜜蜂	ผึ้ง 碰
蠶	ตัวไหม 多埋
蚊子	ยุง 傭
蒼蠅	แมลงวัน 罵拎汪
蟑螂	แมลงสาบ 罵拎傻
蚱蜢	ตั๊กแตน 大嘎顛
蟋蟀	จิ้งหรีด 進里
螞蟻	มด 默
蜘蛛	แมงมุม 眠蒙

10 顏色
สี 昔

MP3-20

中文	泰語 & 中文拼音
黑色	สีดำ 昔當
白色	สีขาว 昔考
紅色	สีแดง 昔顛
藍色	สีฟ้า 昔法
黃色	สีเหลือง 昔愣
粉紅色	สีชมพู 昔沖撲
橘色	สีส้ม 昔宋
綠色	สีเขียว 昔球
紫色	สีม่วง 昔慢
咖啡色	สีกาแฟ 昔嘎啡

Part 3　問候篇

บททักทาย

1 寒暄

ทักทายปราศรัย 踏胎八骰

MP3-21

中文	泰語 & 中文拼音
你好	สวัสดี 傻瓦低
你好嗎？	คุณสบายดีไหม? 昆傻掰低埋
大家好	สวัสดีทุกคน 傻瓦低吐空
早安	อรุณสวัสดิ์ 阿侖傻瓦
午安	สวัสดีตอนบ่าย 傻瓦低東擺
晚安	ราตรีสวัสดิ์ 拉低傻瓦
最近	ระยะนี้ 辣訝尼
好久不見	นานแล้วไม่ได้พบกัน 喃廖麥代破岡
不錯	ไม่เลว 麥溜
身體狀況	สภาพร่างกาย 傻帕浪該

中文	泰語 & 中文拼音
健康	**แข็งแรง** 肯拎
生病	**ป่วย** 北
精神好	**สุขภาพจิตดี** 數卡帕幾低
精神差（無精打采）	**สุขภาพจิตไม่ดี (ไม่มีชีวิตชีวา)** 數卡帕幾麥低（麥咪七玉七哇）
好忙	**ยุ่งมากเลย** 用罵勒
很累	**เหนื่อยมากเลย** 內罵勒
有空	**ว่าง** 旺
沒空	**ไม่ว่าง** 麥旺

配合線上 MP3 反覆練習，收「聽」、「說」雙重效果！

2 介紹
แนะนำ 聶喃

MP3-22

中文	泰語 & 中文拼音
我	ฉัน 強
你	คุณ 昆
他	เขา 考
我們	พวกเรา 破撈
你們	พวกคุณ 破昆
他們	พวกเขา 破考
名字	ชื่อ 次
這位	ท่านนี้ คนนี้ 燙尼 空尼
貴姓	นามสกุลอะไร 囝傻供阿萊
朋友	เพื่อน 噴

中文	泰語 & 中文拼音
男朋友	แฟน (เพื่อนชาย) 粉（噴猜）
女朋友	แฟน (เพื่อนหญิง) 芬（噴銀）
男性	เพศชาย 撇猜
女性	เพศหญิง 撇銀
老師	ครู อาจารย์ 枯 阿江
同事	เพื่อนร่วมงาน 味亂团
關照	ดูแลเอาใจใส่ 都咧凹災骰
指教	ชี้แนะ 奇聶

搭配線上 MP3 學習效果加倍，發音標準、開口流利！

3 請求、拜託

ขอร้อง ไหว้วาน 可攏 外汪

MP3-23

中文	泰語 & 中文拼音
請問	ขอถาม 可堂
可不可以	ได้ไหม 代麥
幫忙	ช่วยเหลือ 翠了
幫我	ช่วยฉัน 翠強
不好意思	เกรงใจ 跟災
請	เชิญ 稱
不客氣	ไม่ต้องเกรงใจ 麥凍跟宅
借過一下	ขอทางหน่อย 可湯乃
麻煩你了	รบกวนคุณแล้ว 洛光昆廖
拜託你了	ขอร้องคุณล่ะ 可攏昆啦

4 感謝、邀請

ขอบคุณ เชื้อเชิญ 可昆 策稱

MP3-24

中文	泰語 & 中文拼音
謝謝	ขอบคุณ 可昆
禮物	ของขวัญ 孔狂
請笑納	โปรดรับไว้ 跛辣外
約會	นัด 納
吃飯	ทานข้าว 湯靠
看電影	ดูหนัง 都南
聊天	พูดคุยสนธนา 瀑虧損他拿
逛街	ช้อปปิ้ง 措並
購物	ซื้อของ 十孔

5 命令、允許

คำสั่ง อนุญาต 康閃 阿怒訝

MP3-25

中文	泰語 & 中文拼音
可以	ได้ 代
不可以	ไม่ได้ 麥代
不准	ไม่อนุมัติ 麥阿怒罵
不好	ไม่ดี 麥低
不可能	เป็นไปไม่ได้ 冰掰麥代
怎麼可以	เป็นได้อย่างไร 冰代氧萊
都可以	ได้ทั้งนั้น 代燙難
請問	ขอถาม 可堂
等一下	รอสักครู่ 囉煞酷
安靜一點	เงียบ ๆหน่อย 聶聶乃

中文	泰語 & 中文拼音
喜歡	ชอบ 措
不喜歡	ไม่ชอบ 麥措

TRAVEL TIPS

體驗古式按摩舒服一身

　　泰國的古式按摩與盛行於印尼巴里島的花瓣浴相當不同,花瓣浴主要是美顏美體的作用,而泰國古式按摩則多了點醫療保健的味道。

　　在古老時代,醫療技術還不進步的時候,泰國人民主要是靠按摩穴道,以及服用草藥來治病,這與中國的中醫結合中藥與針灸、推拿有些相似。在兩百多年前,泰皇朱拉三世為使泰國古式按摩能繼續流傳下去,特地下令將各種按摩穴道的技巧雕刻在寺廟的石板上,而這些石板也成為傳承古式按摩重要的參考文物。

　　泰國古式按摩是從腳部開始按摩一直到頭部,按摩師會針對人體的穴道又掐又按,也會扭轉身體軀幹與四肢,為的是放鬆僵硬的身體,好讓停滯不順的氣流暢通,也可以矯正長期不正確的體態,達到鬆弛身軀的目的。

　　泰國古式按摩花費不貴,也是許多觀光客鍾愛的行程,到泰國不妨嘗試一下這種便宜又舒服的健身方式。

MEMO

Part 4 家庭篇

บทครอบครัว

1 屋內格局

รูปแบบในบ้าน 路別奶棒

MP3-26

中文	泰語 & 中文拼音
單人房	ห้องเดี่ยว 関丟
雙人房	ห้องคู่ 関酷
套房	ห้องชุด 関醋
客廳	ห้องรับแขก 関辣且
廚房	ห้องครัว 関
房間	ห้อง 関
睡房（臥室）	ห้องนอน 関農
主人房	ห้องเจ้าบ้าน 関叫辦
客房	ห้องพักแขก 関帕且
書房	ห้องหนังสือ 関南十

中文	泰語 & 中文拼音
洗手間	ห้องน้ำ 闃難
陽台	ระเบียง 辣編
庭院	ลานบ้าน 啷辦
花園	สวนดอกไม้ 爽朵麥
地下室	ห้องใต้ดิน 闃代丁
樓梯	บันได 般呆
電梯	ลิฟท์ 利
儲藏室	ห้องเก็บของ 闃給孔
車庫	โรงจอดรถ 掄昨洛
門	ประตู 把都

中文	泰語 & 中文拼音
窗戶	หน้าต่าง 那擋
天花板	เพดาน 撇當
屋頂	หลังคาบ้าน 欄咖辦
浴缸	อ่างอาบน้ำ 培阿難
馬桶	ชักโครก 恰擴

 透過線上 MP3，用聽覺記單字，最快！

2 家居用品

ของใช้ในบ้าน/เฟอร์นิเจอร์ 孔蔡乃辦/ 佛尼責

MP3-27

中文	泰語 & 中文拼音
沙發	โซฟา 說發
椅子	เก้าอี้ 告億
折疊椅	เก้าอี้พับ 告億帕
躺椅	เก้าอี้นอน 告億農
坐墊	เบาะรองนั่ง 跛掄難
書桌	โต๊ะหนังสือ 惰南十
書櫃	ตู้เก็บหนังสือ 杜給南十
書架	ชั้นวางหนังสือ 嗆汪南十
電腦桌	โต๊ะคอมพิวเตอร์ 惰空皮得
穿衣鏡	กระจกส่องแต่งตัว 嘎昨聳點多

中文	泰語 & 中文拼音
梳妝台	โต๊ะเครื่องแป้ง 惰揹辯
窗簾	ผ้าม่าน 帕慢
花瓶	แจกัน 街干
地毯	พรม 澎
牆壁	ผนังห้อง 爬南閧
壁紙	วอลล์เปเปอร์ 窩憋笨
海報	ภาพเขียน 帕前
畫框	กรอบรูป 果路
浴缸	อ่างอาบน้ำ 培阿難
單人床	เตียงเดี่ยว 顛丟

中文	泰語 & 中文拼音
雙人床	เตียงคู่ 顛酷
彈簧床	เตียงสปริง 顛傻冰
雙層床	เตียงสองชั้น 顛聳嗆
嬰兒床	เตียงทารก 顛他洛
棉被	ผ้านวม 帕暖
涼被	ผ้าแพร 帕瞥
蠶絲被	ผ้าห่มใยไหม 帕哄壓埋
毛毯	ผ้าห่ม 帕哄
草蓆	เสื่อกก 捨果
竹蓆	เสื่อไม้ไผ่ 拾麥排

中文	泰語 & 中文拼音
床單	**ผ้าปูที่นอน** 帕補替農
枕頭	**หมอน** 蒙
抱枕	**หมอนข้าง** 蒙看
水龍頭	**ก๊อกน้ำ** 個難
鬧鐘	**นาฬิกาปลุก** 那利嘎補
碗櫃	**ตู้เก็บจาน** 杜給江
鞋架	**ชั้นวางรองเท้า** 嗆汪龍套
衣架	**ไม้แขวนเสื้อ** 麥捆社
煙灰缸	**ที่เขี่ยบุหรี่** 替客補里
垃圾桶	**ถังขยะ** 唐卡啞

中文	泰語 & 中文拼音
收納箱	หีบใส่ของ 席骰孔
掛勾	ที่แขวน ขอเกี่ยว 替捆 可啾

TRAVEL TIPS

有「佛國」之稱的泰國

　　泰國以「佛教」立國，百分之九十五的泰國人民均信奉小乘佛教，泰國男子一生至少要有出家一次的經驗。虔敬的信徒在泰國所建造壯麗的佛寺處處可見，估計現已逾兩萬間。所有到訪泰國的觀光客，都忍不住會被泰國境內大大小小、金碧輝煌的佛寺吸引住目光，尤其在耀眼的陽光照耀下，佛寺更顯得閃閃發亮，也使得泰國贏得「金色之都」的美譽。

　　佛教在泰國的地位，不僅僅是一般人奉為畢生的信仰，連泰皇也必須信守。泰國為君主立憲體，泰國的憲法甚至明文規定，泰皇必須是佛教徒且擁護佛教，才能登基為王，由此可見「佛教」在泰國的重要性。

　　泰國人民也認為，成年的男性佛教徒必須到寺廟修行三個月以上，才能成為一個真正的男子漢，唯有如此才被視為成熟的男人，有資格成婚。泰國人民也認為兒子到佛寺修行能為雙親修德，是一種「孝順」的行為，因此每當自家「有子初長成」，能到寺廟修行，雙親都會相當高興的通報親朋好友這項喜訊。

3 餐具用品
เครื่องถ้วยชาม 揹退滄

MP3-28

中文	泰語 & 中文拼音
飯碗	ถ้วย 退
湯碗	ชาม 槍
盤子	จาน 江
碟子	ถ้วยน้ำจิ้ม 退難進
筷子	ตะเกียบ 打結
免洗筷子	ตะเกียบใช้แล้วทิ้ง 打結蔡寮亭
叉子	ส้อม 送
刀子	มีด 密
湯匙	ช้อน 從
炒菜鍋	กะทะ 嘎踏

中文	泰語 & 中文拼音
鍋鏟	**ทัพพี** 踏匹
砧板	**เขียง** 前
菜刀	**มีดหั่นผัก** 密韓啪
茶壺	**กระติกน้ำชา** 嘎抵難掐
杯子	**แก้ว** 叫
茶杯	**แก้วน้ำชา** 叫難掐
馬克杯	**แก้วเซรามิค** 叫些拉米
酒杯	**แก้วไวน์** 叫歪
玻璃杯	**แก้วกระจก** 叫嘎昨
骨磁杯	**แก้วกระเบื้อง** 叫嘎笨

中文	泰語 & 中文拼音
紙杯	**แก้วกระดาษ** 叫嘎打
餐桌	**โต๊ะอาหาร** 惰阿航
碗櫃	**ตู้เก็บจาน** 杜給江
餐墊	**ที่รองจาน** 替攏江
餐巾	**ผ้ารอง** 帕掄
桌巾	**ผ้าปูโต๊ะ** 帕補惰
餐巾紙	**กระดาษชำระ** 嘎打嗆辣
保鮮膜	**พลาสติกเยื่อหุ้ม** 怕傻抵熱關
塑膠袋	**ถุงพลาสติก** 同帕傻抵

4 電器用品

เครื่องใช้ไฟฟ้า 揹蔡非法

MP3-29

中文	泰語 & 中文拼音
電視機	ทีวี โทรทัศน์ 堤淤 拖拉踏
冰箱	ตู้เย็น 杜因
洗衣機	เครื่องซักผ้า 揹煞帕
烘衣機	เครื่องอบผ้า 揹哦帕
電熱水器	เครื่องทำน้ำอุ่น กระติกน้ำร้อนไฟฟ้า 揹湯難吻 軋底男龍非法
冷氣機	แอร์ เครื่องปรับอากาศ 耶 揹把阿嘎
錄影機	เครื่องบันทึกวีดีโอ 揹搬特淤低哦
音響	เครื่องเสียง 揹顯
收音機	วิทยุ 玉踏入
錄音機	วิทยุเทป 玉踏入帖

中文	泰語 & 中文拼音
隨身聽	ซาวด์เบาท์ 沙抱
電風扇	พัดลม 帕攏
吊扇	ผัดลมแขวน 帕攏捆
立扇	พัดลมแขวน 帕攏但盆
電話機	เครื่องโทรศัพท์ 揩拖拉傻
答錄機	เครื่องบันทึกตอบรับ 揩搬特朵辣
電燈	ดวงไฟ 端非
抽油煙機	เครื่องดูดควัน 揩睹框
瓦斯爐	เตาแก๊ส 刀界
微波爐	เตาไมโครเวฟ 刀埋科喂

中文	泰語 & 中文拼音
烤箱	เตาอบ 刀哦
烤麵包機	เตาอบขนมปัง 刀哦卡農班
電子鍋	หม้อไฟฟ้า 墨非法
燜燒鍋	หม้ออบ 莫喔
熱水壺	กระติกน้ำร้อน 嘎抵難哢
果汁機	เครื่องปั่นผลไม้ 揹板朋辣麥
咖啡機	เครื่องทำกาแฟ 揹湯嘎非
除濕機	เครื่องขจัดความชื้น 揹卡甲匡陳
空氣清淨機	เครื่องฟอกอากาศ 揹佛阿嘎
暖爐	เตาผิง 刀平

中文	泰語 & 中文拼音
吹風機	เครื่องเป่าผม 揹飽朋
吸塵器	เครื่องดูดฝุ่น 揹賭逢
照相機	กล้องถ่ายรูป 共台路
數位相機	กล้องถ่ายรูปดิจิตอล 共台路底幾東

TRAVEL TIPS

泰國民情風俗

　　泰國受到中華、印度文化影響很深，人民大都虔誠信仰佛教，在近代的戰亂中，未遭列強佔為殖民地，幸運的保持獨立，是「河裡有米，河裡有魚」富庶安逸的自由之邦，肥沃的平原是東南亞最大的米倉。人民大都善良溫和，寬容殷勤，有「微笑之邦」的美譽。

　　泰人篤信佛教，生活和宗教密不可分，對僧侶、寺廟、神像極為尊崇。一般遊客進入寺廟時，穿著需端莊整齊，態度要謙恭有禮。泰國寺廟林立、梵唱處處，清晨時白霧繚繞的街道，常可見黃衣僧侶托缽行走，善男信女布施飯菜及金錢。泰人對王室極為敬仰，也希望外國人對國王等王室成員，有一定的敬意。如見到國王肖像或王族出場時，可模仿泰人的敬禮。

5 電器配件

อุปกรณ์เครื่องใช้ไฟฟ้า 嗚把功掯財非法

MP3-30

中文	泰語 & 中文拼音
插頭	ปลั๊กไฟ 罷非
插座	เต้าเสียบ 到寫
電線	สายไฟ 骰非
電池	แบตเตอรี่ 別的利
開關	สวิตซ์ 傻玉
卡帶	ม้วนเทป 夢帖
分機	ต่อพ่วง 朵胖
充電器	แท่นชาร์ต 添恰
遙控器	รีโมท 哩抹
使用說明書	คู่มือการใช้ 酷悶干柴

中文	泰語 & 中文拼音
喇叭	ลำโพง 啷烹
耳機	หูฟัง 胡方
電話分機	สายพ่วง 骰胖
對講機	อินเตอร์คอม 因的空
無線電話	โทรศัพท์ไร้สาย 拖拉傻賴骰
有線電話	โทรศัพท์ในบ้าน 拖拉傻乃伴
電話筒	หูฟัง 胡方

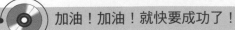

加油！加油！就快要成功了！

6 做家事

ทำงานบ้าน 湯团伴

MP3-31

中文	泰語 & 中文拼音
圍裙	ผ้ากันเปื้อน 帕千笨
口罩	หน้ากากอนามัย 那嘎阿那曼
頭巾	ผ้าโพกหัว 帕剖華
洗碗	ล้างถ้วย 浪退
掃地	กวาดพื้น 寡盆
掃把	ไม้กวาด 麥寡
畚箕	ปุ้งกี๋ 蹦吉
雞毛撢子	ไม้ขนไก่ 麥孔改
拖地	ถูพื้น 塗盆
抹布	ผ้าขี้ริ้ว 帕奇溜

中文	泰語 & 中文拼音
拖把	ไม้ถูพื้น 麥塗盆
水桶	ถังน้ำ 堂男
擦窗戶	เช็ดหน้าต่าง 切納擋
玻璃	กระจก 嘎昨
木板	พื้นไม้ 盆麥
紗門	ประตูมุ้งลวด 把都夢洛
紗窗	หน้าต่างมุ้งลวด 納擋夢洛
擦拭	ขัดถู 卡塗
刷洗	แปรงขัด 編卡
污垢	คราบ 喀

中文	泰語 & 中文拼音
灰塵	ฝุ่น 逢
收拾（整理）	จัดเก็บ 假給
整齊	เป็นระเบียบ 冰辣別
雜亂	ยุ่งเหยิง 用仁
洗衣服	ซักผ้า 煞帕
乾淨	สะอาด 傻啊
髒	สกปรก 所嘎跛
濕的	เปียก 癟
乾的	แห้ง 恨
曬衣服	ตากผ้า 打帕

中文	泰語 & 中文拼音
曬衣架	ราวตากผ้า 姥打帕
曬衣夾子	ที่หนีบผ้า 替泥帕
折衣服	พับผ้า 怕帕
燙衣服	รีดผ้า 利帕
縐摺	รอยยับ 萊訝
熨斗	เตารีด 刀利
燙衣架	ที่รองรีด 替掄利
換洗衣物籃	ตะกร้าใส่ผ้า 打嘎骰帕

 生活化的內容，泰文很 Easy，學習好 Happy ！

7 洗澡

อาบน้ำ 阿難

MP3-32

中文	泰語 & 中文拼音
洗頭	สระผม 傻朋
擦背	ถูหลัง 塗欄
按摩	นวด 諾
沖洗	ชะล้าง 恰浪
淋浴	ใช้ฝักบัว 蔡法波
泡澡	แช่น้ำ 切難
SPA	สปา 傻罷
公共澡堂	ห้องอาบน้ำส่วนรวม 鬨阿囊爽啷
熱水池	สระน้ำร้อน 傻男哢
冷水池	สระน้ำเย็น 傻男因

中文	泰語 & 中文拼音
溫水池	สระน้ำอุ่น 傻男翁
蒸汽室	ห้องอบไอน้ำ 哄喔哀男
體重計	เครื่องชั่งน้ำหนัก 掯嗆男哪
更衣室	ห้องเปลี่ยนผ้า 哄扁帕
泡溫泉	แช่น้ำแร่ 切男劣

加油！加油！每天都有進步！

8 清潔用品

ของใช้ทำความสะอาด 孔蔡湯匡傻阿

MP3-33

中文	泰語 & 中文拼音
洗髮精	น้ำยาสระผม 男壓傻朋
潤髮精	ครีมนวดผม 青諾朋
護髮油	น้ำมันบำรุงผม 男芒般龍朋
沐浴乳	ครีมอาบน้ำ 青阿男
洗面乳	ครีมล้างหน้า 青浪納
洗手乳	ครีมล้างมือ 青浪悶
肥皂	สบู่ 傻補
毛巾	ผ้าขนหนู 帕孔奴
浴巾	ผ้าเช็ดตัว 帕切多
浴帽	หมวกคลุมผม 抹空朋

中文	泰語 & 中文拼音
衛生紙	กระดาษชำระ 嘎打嗆辣
面紙	กระดาษเช็ดหน้า 嘎打切那
溼紙巾	ผ้าเย็น 帕因
梳子	หวี 魚
牙膏	ยาสีฟัน 壓席方
牙刷	แปรงสีฟัน 編席方
刮鬍膏	ครีมโกนหนวด 青公挪
洗衣粉	ผงซักฟอก 朋煞佛
冷洗精	น้ำยาซักแห้ง 難壓煞恨
洗碗精	น้ำยาล้างจาน 難壓浪江

中文	泰語 & 中文拼音
衣物柔軟精	น้ำยาปรับผ้านุ่ม 男壓把帕弄
刷子	แปรงขัด 編卡
漂白水	น้ำยาฟอกขาว ไวท์ไฮเตอร์ 難壓佛考 歪咳得
垃圾袋	ถุงขยะ 同卡啞
垃圾桶	ถังขยะ 堂卡啞
抹布	ผ้าขี้ริ้ว 帕汽溜
拖把	ไม้ถูพื้น 麥塗盆
吸塵器	เครื่องดูดฝุ่น 揹賭逢
臉盆	กะละมังล้างหน้า 嘎辣忙浪納
尿布	ผ้าอ้อม 怕摁

9 個人用品

ของใช้ส่วนตัว 孔財爽多

MP3-34

中文	泰語 & 中文拼音
手帕	ผ้าเช็ดหน้า 帕切納
雨傘	ร่ม 哢
雨衣	เสื้อกันฝน 社干逢
眼鏡	แว่นตา 問搭
隱形眼鏡	คอนแท็คเลนส์ 空帖拎
太陽眼鏡	แว่นกันแดด 問干碟
口罩	หน้ากากอนามัย 納嘎阿那曼
指甲剪	กันไกรตัดเล็บ 干該打劣
安全帽	หมวกกันน็อค 抹干諾
信用卡	บัตรเครดิต 把刻抵

中文	泰語 & 中文拼音
提款卡	บัตรเอทีเอ็ม 把 ATM
護照	พาสปอร์ต หนังสือเดินทาง 帕十跛 南十登湯
身份證	บัตรประจำตัวประชาชน 把把江多把掐沖
學生證	บัตรนักเรียน 把納拎
鑰匙	กุญแจ 功街
打火機	ไฟแช็ก 非妾
衛生棉	ผ้าอนามัย 帕阿那埋

學好外語的秘訣是重複、重複、再重複，
將學習融入生活中！

10 文具用品
เครื่องเขียน 指琴

MP3-35

中文	泰語 & 中文拼音
鉛筆	ดินสอ 丁所
原子筆	ปากกาลูกลื่น 把嘎路愣
鋼筆	ปากกาหมึกซึม 把嘎們深
削鉛筆機	เครื่องเหลาดินสอ 指姥丁所
筆筒	ที่เสียบปากกาดินสอ 替寫把嘎丁所
橡皮擦	ยางลบ 央落
立可白	ลิควิท 利魁
鉛筆盒	กล่องใส่ดินสอ 共骰丁所
剪刀	กรรไกร 岡該
尺	ไม้เมตร 麥滅

中文	泰語 & 中文拼音
蠟筆	**ดินสอเทียน** 丁所天
筆記本	**สมุดโน๊ต** 傻母諾
便條紙	**กระดาษโน๊ต** 嘎打諾
文件夾	**แฟ้มเอกสาร** 粉せ嘎散
計算機	**เครื่องคิดเลข** 揩奇劣
行事曆	**ปฏิทินงาน** 把抵聽囝
釘書機	**เครื่องเย็บกระดาษ** 揩越嘎打
毛筆	**พู่กัน** 瀑干
迴紋針	**คลิปส์หนีบ** 可利你
圖釘	**เข็มหมุด** 勤母

中文	泰語 & 中文拼音
螢光筆	ปากกาเรืองแสง 把嘎愣鮮
三角尺	ไม้สามเหลี่ยม 麥嗓臉
圓規	วงเวียน 嗡暈
釘書機	เครื่องเย็บกระดาษ 掯越嘎打
打洞器	เครื่องเจาะกระดาษ 掯昨嘎打
膠水	กาวน้ำ 高男
墊板	แผ่นรอง 品哢
月曆	ปฏิทิน 把抵聽

 知識改變命運，語言能力是成功利器。

Part 5 購物篇

บทซื้อของ

跛十孔

1 衣物
เสื้อผ้า 社帕

MP3-36

中文	泰語 & 中文拼音
內衣	ชุดชั้นใน 醋嗆乃
胸罩	ยกทรง 喑松
襯衫	เสื้อเชิ้ต 社側
格子襯衫	เสื้อเชิ้ตลายสก๊อต 社側萊傻過
花襯衫	เสื้อเชิ้ตลายดอก 社側萊朵
白襯衫	เสื้อเชิ้ตขาว 社側考
汗衫	เสื้อใน 社乃
運動衣	เสื้อพละ 社帕辣
球衣	เสื้อกีฬา 社機拉
西裝	ชุดสูท 醋數

中文	泰語 & 中文拼音
外套	เสื้อกันหนาว 社干惱
制服	ชุดฟอร์ม 醋風
睡衣	ชุดนอน 醋農
毛衣	เสื้อไหมพรม 社埋砰
棉襖	เสื้อนวม 社暖
大衣	เสื้อโค้ช 社闊
皮大衣	เสื้อโค้ชหนัง 社闊南
泳衣	ชุดว่ายน้ำ 醋外男
泳褲	กางเกงว่ายน้ำ 干今外男
長褲	กางเกงขายาว 干今卡腰

中文	泰語 & 中文拼音
短褲	**กางเกงขาสั้น** 干今卡散
內褲	**กางเกงใน** 干跟乃
牛仔褲	**กางเกงยีนส์** 干跟因
帽子	**หมวก** 抹
草帽	**หมวกสาน** 抹嗓
鴨舌帽	**หมวกลิ้นเป็ด** 抹零癟
扣子	**ตะขอ** 打可
高領衣服	**เสื้อคอสูง** 社科聳
V字領	**เสื้อคอวี** 社科淤
口袋	**กระเป๋า** 嘎雹

中文	泰語 & 中文拼音
手套	ถุงมือ 同悶
襪子	ถุงเท้า 同逃
絲襪	ถุงน่อง 同弄
絲巾	ผ้าพันคอ 帕潘科
絲襪	ถุงน่อง 同弄
皮帶	เข็มขัด 勤卡
領帶	เน็คไท 聶苔
領帶夾	เข็มกลัดเน็คไท 勤嘎聶苔
棉	ผ้าฝ้าย 帕費
絲	ผ้าไหม 帕埋

中文	泰語 & 中文拼音
麻	ผ้าป่าน 帕榜
尼龍	ผ้าไนล่อน 帕奈哢
羊毛	ผ้าขนแกะ 帕孔給
尺寸	ขนาด 卡哪
小號	เบอร์เล็ก 剝劣
中號	เบอร์กลาง 剝干
大號	เบอร์ใหญ่ 剝啞
同一尺寸（one size）	ขนาดเดียว 卡哪丟
太大	ใหญ่เกิน 啞跟
太小	เล็กเกิน 劣跟

中文	泰語 & 中文拼音
太緊	แน่นเกิน คับเกิน 念跟 髂跟
寬鬆	หลวมเกิน 掄跟
試穿	ลองใส่ 攏骰
合身	พอดี 坡低
花樣	ลาย 萊
顏色	สี 席
款式	แบบ 癟
品牌	ยี่ห้อ 玉或
這種	แบบนี้ 癟尼
剩下	ที่เหลือ 替勒

中文	泰語 & 中文拼音
賣光	ขายหมด 凱抹
更換	เปลี่ยนใหม่ 扁買
收據	ใบเสร็จ 掰寫
修改	ซ่อมแซม 宋生
打折	ส่วนลด 損洛
拍賣	ขาดทอดตลาด 凱拓打喇
昂貴	แพง 偏
便宜	ถูก 吐

 天天都有進步，天天都有成就感！

2 鞋子

รองเท้า 龍逃

MP3-37

中文	泰語 & 中文拼音
拖鞋	รองเท้าแตะ 龍套碟
皮鞋	รองเท้าหนัง 龍套難
涼鞋	รองเท้ารัดส้น 龍套辣宋
高跟鞋	รองเท้าส้นสูง 龍套宋聳
運動鞋	รองเท้ากีฬา 龍套機拉
球鞋	รองเท้ากีฬา 龍套機拉
布鞋	รองเท้าผ้าใบ 龍套帕掰
平底鞋	รองเท้าส้นเตี้ย 龍套宋爹
靴子	รองเท้าบูท 龍套布
真皮	หนังแท้ 南帖

中文	泰語 & 中文拼音
人工皮	หนังเทียม 南添
鞋帶	สายรองเท้า 骰龍套
鞋墊	แผ่นรองรองเท้า 品攏龍套

 學習的動力＋壓力，激發個人潛力，
邁向泰語成功之路！

3 化粧品

เครื่องสำอางค์ 措閃安

MP3-38

中文	泰語 & 中文拼音
化粧水	โลชั่นสมานผิว 囉嗆傻芒皮油
乳液	โลชั่น 囉嗆
防曬油	ครีมกันแดด 青干碟
口紅	ลิปสติก 利傻抵
眼影	อายย์แชร์โด 哀些惰
粉餅	แป้งตลับ 變打喇
粉底液	ครีมรองพื้น 青攏盆
粉撲	แป้งพัพฟ์ 變帕
腮紅	บรัสท์ออน 八辣翁
眼霜	ครีมทาขอบตา 青他可搭

中文	泰語 & 中文拼音
睫毛膏	**มาสคาร่า** 罵十咖辣
眉筆	**ดินสอเขียนเคี้ยว** 丁所錢裘
指甲油	**น้ำยาทาเล็บ** 男壓他列
美白	**ไวท์เทนนิ่ง** 歪天寧
防曬	**กันแดด** 乾跌
保濕	**รักษาความชุ่มชื้น** 辣啥匡衝趁
化粧品	**เครื่องสำอาง** 揹閃安
香水	**น้ำหอม** 男宏
古龍水	**น้ำหอมโคโลน** 男紅科掄
塗抹	**ทา** 他

中文	泰語 & 中文拼音
噴髮膠	ฉีดสเปรย์ 起傻憋
定型液	เจล 糾

TRAVEL TIPS

細說泰國—「微笑之國」、「白象之國」

　　泰國古稱「暹邏」，也有「佛國」、「微笑之國」、「白象之國」、「黃衣國」的別稱。首都為「曼谷」（Bangkok），泰文稱為「功帖」，意思是「天使之城」；另有「東方威尼斯」之稱，是泰國最大的港口，全國有近一成以上的人口，居住在這個大都會區。

　　泰國位在東南亞中南半島中央，國土狀似大象頭部，順時針方向與寮國、柬埔寨、馬來西亞、緬甸相鄰，面積約與法國相等，相當於十四個台灣的大小。泰國境內河流密佈，北部地區多山地，東北地區為高原地形，中部地區則是「湄南河」（又稱昭披耶河）沖積而成的肥沃平原，盛產稻米，也是泰國人口密度最高的地方。南部地區地形狹長，與馬來西亞相鄰。南部的海灘和島嶼眾多，頗有南洋風情。

　　泰國的氣候溫暖潮濕，加上中南部臨海，不但本土物產豐富，泰國的主要產物，有稻米、玉米、椰子、木材、橡膠、錫等。還有多樣而新鮮的現撈魚獲，也是泰國的特產。

4 蔬菜
ผัก 葩

MP3-39

中文	泰語 & 中文拼音
空心菜	ผักบุ้ง 葩蹦
高麗菜	กะหล่ำปลี 嘎啷逼
小黃瓜	แตงกวา 顛瓜
青木瓜	มะละกอดิบ 罵辣鍋抵
南瓜	ฟักทอง 法通
蕃茄	มะเขือเทศ 罵可帖
豆芽菜	ถั่วงอก 妥諾
菠菜	ผักโปยเล้ง 葩北另
小白菜	ผักกาดขาว 葩嘎考
花椰菜	บล็อคลอลี่ 波棵利

中文	泰語 & 中文拼音
芹菜	ผักคื่นฉ่าย 葩肯蔡
玉米	ข้าวโพด 靠破
蘿蔔	หัวผักกาด 華葩嘎
馬鈴薯	มันฝรั่ง 芒法朗
大蒜	กระเทียม 嘎天
茄子	มะเขือ 罵可
青椒	พริกหยวก 屁有
洋蔥	หอมหัวใหญ่ 宏華啞
地瓜	มันเทศ 芒帖
香菇	เห็ดหอม 嘿宏

中文	泰語 & 中文拼音
蘑菇	**เห็ดเผาะ** 嘿頗
蘆筍	**หน่อไม้ฝรั่ง** 挪麥法朗
竹筍	**หน่อไม้** 挪麥
辣椒	**พริก** 屁
芫荽	**ผักชี** 葩七
九層塔	**กะเพรา** 嘎拋
香茅	**ตะไคร้** 打概
蔥	**หอม** 宏
薑	**ขิง** 勤
蒜	**กระเทียม** 嘎天

5 水果

ผลไม้ 朋辣麥

MP3-40

中文	泰語 & 中文拼音
香蕉	กล้วยหอม 桂宏
椰子	มะพร้าว 罵袍
西瓜	แตงโม 顛摸
木瓜	มะละกอ 罵辣鍋
龍眼	ลำไย 啷啞
芒果	มะม่วง 罵曼
鳳梨	สัปปะรด 傻八洛
榴槤	ทุเรียน 吐拎
荔枝	ลิ้นจี่ 另吉
山竹	มังคุด 芒酷

中文	泰語 & 中文拼音
紅毛丹	เงาะ 諾
火龍果	แก้วมังกร 叫芒功
人心果	พุทรา 舖沙
羅望果（酸豆）	มะขาม 罵扛
釋迦	น้อยหน่า 乃哪
甘蔗	อ้อย 艾
檸檬	มะนาว 罵惱
蘋果	แอปเปิ้ล 耶笨
柚子	ส้มโอ 宋喔
葡萄	องุ่น 阿濃

中文	泰語 & 中文拼音
楊桃	มะเฟือง 罵芬
梨子	สาลี่ 傻利
橘子	ส้มเขียวหวาน 宋求王
柳丁	ส้มเช้ง 宋前
哈密瓜	แคนตาลูป 鉛搭路
草莓	สตรอเบอร์รี่ 傻多波麗
櫻桃	เชอร์รี่ 車麗
奇異果	กีวี่ 機玉
水蜜桃	ท้อ 唾

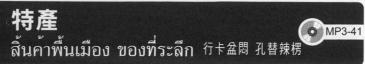

6 特產

สินค้าพื้นเมือง ของที่ระลึก 行卡盆悶 孔替辣楞

MP3-41

中文	泰語 & 中文拼音
木雕	ไม้แกะสลัก 麥給傻喇
木偶	หุ่นไม้ 哄麥
面具	หน้ากาก 納嘎
佛像	พระพุทธรูป 帕瀑踏路
銀項鍊	สร้อยคอเงิน 帥科能
銀戒指	แหวนเงิน 聞能
銀手鐲	กำไลเงิน 岡萊能
銀胸針	เข็มกลัดเงิน 勤嘎能
花瓶	แจกัน 街岡
古董	วัตถุโบราณ 瓦土波啷

中文	泰語 & 中文拼音
泰絲布	ผ้าไหมไทย 帕埋胎
絲巾	ผ้าพันคอ 帕潘科
棉布	ผ้าฝ้าย 帕費
紙傘	ร่มกระดาษ 唪嘎打
珍珠魚皮包	กระเป๋าหนังปลากระเบน 嘎雹南八嘎編
珍珠魚皮夾	กระเป๋าสตางค์หนังปลากระเบน 嘎雹傻當南八嘎編
鱷魚皮包	กระเป๋าหนังจระเข้ 嘎雹南昨辣客
鱷魚皮夾	กระเป๋าสตางค์หนังจระเข้ 嘎雹傻當南昨辣客
布包	กระเป๋าผ้า 嘎雹帕
竹編提包	กระเป๋าสานหิ้ว 嘎雹嗓后

中文	泰語 & 中文拼音
坐墊	เบาะรองนั่ง 跛掄難
三角形靠枕	หมอนอิงรูปสามเหลี่ยม 蒙因路嗓臉
刺繡	เย็บปักถักร้อย 夜把塔來
蠟燭	เทียนไข 添凱
鑰匙圈	พวงกุญแจ 砰功街
貝殼	เปลือกหอย 跛懷
貝殼項鍊	สร้อยคอเปลือกหอย 帥科跛懷

選對一本好教材，輕鬆說一口流利泰語！

7 珠寶
จิวเวอรี่ 糾瓦利

MP3-42

中文	泰語 & 中文拼音
項鍊	สร้อยคอ 帥科
耳環	ตุ้มหู 凍胡
手環	กำไลมือ 岡萊麼
手鍊	สร้อยข้อมือ 帥拓麼
戒指	แหวน 聞
墜子	จี้ 季
紅寶石	ทับทิม 踏聽
藍寶石	นิล 寧
翡翠	มรกตสีเขียว 摸拉果昔求
玉器	หยก 唷

中文	泰語 & 中文拼音
珍珠	ไข่มุก 凱木
象牙	งาช้าง 哪嗆
黃金	ทองคำ 通康
銀	เงิน 能
白金	ทองคำขาว 通康考
鑽石	เพชร 撇

 踏踏實實學一句說一句，享受用道地泰語溝通的快樂！

Part 6 　美食篇

บทอาหาร

跋阿韓

1 點心

ของว่าง 孔旺

MP3-43

中文	泰語 & 中文拼音
香蕉餡餅	ขนมสอดไส้กล้วยหอม 卡農所曬桂宏
千層糕	ขนมชั้น 卡農嗆
榴槤糕	ทุเรียนกวน 吐拎光
椰蛋蔥油糕	ขนมครก 卡農擴
蝦片餅	ข้าวเกรียบกุ้ง 靠結共
蟹片餅	ข้าวเกรียบปู 靠結逋
魚餅	ทอดมันปลา 唾芒八
椰子糖	ลูกอมรสมะพร้าว 路翁落罵袍
腰果酥	มะม่วงหิมพานต์กรอบ 罵夢行罵潘摑
麥芽糖	ตำเมที่ทำด้วยข้าวสาลี 當咩替湯對靠啥哩

中文	泰語 & 中文拼音
水果乾	ผลไม้อบแห้ง 朋辣麥哦恨
鳳梨乾	สัปปะรดอบแห้ง 傻巴洛哦恨
榴槤乾	ทุเรียนทอด 吐連唾
青芒果絲	มะม่วงดิบ (สับ) 罵夢抵（傻）
糖漬香蕉	กล้วยหอมเชื่อม 桂宏趁
椰乾	มะพร้าวแก้ว 罵泡叫
蜜餞	แช่อิ่ม 切硬
牛肉乾	เนื้อแห้ง 呢恨
綠豆湯	ถั่วเขียวต้ม 妥求凍
椰汁西米露	สาคูกะทิ 啥枯嘎替

中文	泰語 & 中文拼音
糯米粽	บ๊ะจ่าง 爸漲
炸蚱蜢	ตั๊กแตนทอด 大嘎顛唾
炸蟋蟀	จิ้งหรีดทอด 靜李唾
炸竹蛆	รถด่วนทอด 洛短唾
炸小蟲	แมลงทอด 罵拎唾
沙爹串烤	ย่างสะเต๊ะ 樣傻爹
鹹魚	ปลาเค็ม 八筋

跟著線上 MP3 多聽多學，學習效果超強！

2 西式點心

อาหารว่างสไตล์ตะวันตก 阿韓旺傻呆搭汪朵

MP3-44

中文	泰語 & 中文拼音
麵包	ขนมปัง 卡農般
吐司	ขนมปังแผ่น 卡農般拼
鬆餅	แพนเค้ก 偏刻
可頌麵包（牛角麵包）	ครัวซองส์ 擴松
三明治	แซนด์วิช 先玉
餅乾	คุกกี้ 褲寄
披薩	พิซซ่า 比薩
甜甜圈	โดนัท 多納
蛋糕	ขนมเค้ก 卡農刻
起司蛋糕	เค้กชีส 刻 起士

中文	泰語 & 中文拼音
水果蛋糕	**เค้กผลไม้** 刻 朋辣麥
巧克力蛋糕	**เค้กช็อคโกแล็ต** 刻 揩哥列
布丁	**พุดดิ้ง** 卜定
果凍	**เยลลี่** 耶利
蛋塔	**ขนมถ้วย** 卡農退
洋芋片	**มันฝรั่งทอดแผ่น** 芒法朗唾品
冰淇淋	**ไอศครีม** 哀思筋
爆米花	**ปอร์ปคอร์น** 跛空
口香糖	**หมากฝรั่ง** 馬法朗
熱狗	**ฮอทดอก** 或朵

3 快餐類

จำพวกฟาสฟู้ด 江破發十付

MP3-45

中文	泰語 & 中文拼音
炸雞腿	น่องไก่ทอด 弄改唾
烤雞腿	ย่างน่องไก่ 樣弄改
炸薯條	เฟรนช์ฟรายส์ 芬飛
炸薯餅	มันฝรั่งทอด 芒法朗唾
漢堡	แฮมเบอร์เกอร์ 亨撥各
雞塊	นักเก็ตไก่ 納給改
生菜沙拉	สลัดผักสด 傻啦帕所
玉米濃湯	ซุปข้าวโพด 數靠破
烤香腸	ไส้กรอกปิ้ง 晒摑並
雞腿飯	ข้าวน่องไก่ 靠弄改

中文	泰語 & 中文拼音
培根	เบคอน 揹控
火腿	แฮม 亨
炒蛋	ผัดไข่ 葩凱
便當	ข้าวกล่อง 靠拱
泡麵	บะหมี่ / มาม่า 罷米 / 嗎罵
稀飯	ข้าวต้ม 靠凍

天天都有進步，天天都有成就感！

4 泰國菜

อาหารไทย 阿韓胎

MP3-46

中文	泰語 & 中文拼音
涼拌木瓜絲	ส้มตำ 宋當
涼拌雞絲	ยำเนื้อไก่ 央能改
涼拌花枝	ยำปลาหมึก 央八墨
酸肉	แหนม 粘
烤乳豬	หมูหัน 母韓
紅燒肉	หมูน้ำแดง 母難顛
烤牛肉丸	ลูกชิ้นเนื้อปิ้ง 路慶呢並
蔥爆牛肉片	หอมผัดเนื้อวัว 宏葩呢窩
酸甜烤牛肉	เนื้อย่างเปรี้ยวหวาน 呢樣謬王
椰汁炒豬肉	พะแนงหมู 帕年母

中文	泰語 & 中文拼音
椰汁咖哩雞	แกงกะหรี่ไก่ 跟嘎李改
烤鴨	เป็ดย่าง 別樣
烤雞	ไก่ย่าง 改樣
烤魚	ปลาย่าง 巴樣
炸魚	ปลาทอด 巴唾
紅燒魚	ปลาน้ำแดง 巴難顛
辣醬燒黃魚	ปลาราดพริก 巴辣屁
糖醋魚	ปลาสามรส 巴嗓洛
清蒸鱸魚	ปลากระพงนึ่ง 巴嘎彭嫩
檸檬魚	ปลานึ่งมะนาว 巴嫩罵惱

中文	泰語 & 中文拼音
炸蝦	กุ้งทอด 貢唾
烤龍蝦	กุ้งมังกรอบ 貢忙摑哦
蒜泥蝦	กุ้งกระเทียม 貢嘎添
椒鹽螃蟹	ปูทอดจิ้มพริกไทย 補唾靜屁胎
清蒸螃蟹	ปูนึ่ง 補嫩
粉絲燜蟹	ปูอบวุ้นเส้น 補甕奔線
炒花枝	ผัดปลาหมึก 葩八墨
蝦醬炒空心菜	กุ้งแห้งผัดผักบุ้ง 共恨爬嗙蹦
辣炒牛肉蔬菜	ผัดเผ็ดเนื้อ 葩撇呢
月亮蝦餅	ทอดมันกุ้ง 唾芒貢

中文	泰語 & 中文拼音
炸春捲	ปอเปี๊ยะทอด 跛憋啞
榴槤捲	ทอดมันทุเรียน 拓滿兔連
芒果糯米飯	ข้าวมันมะม่วง 靠芒罵曼
蝦醬炒飯	ข้าวคลุกกะปิ 靠酷嘎比
鳳梨炒飯	ข้าวผัดสัปปะรด 靠葩傻巴洛
咖哩雞飯	ข้าวราดแกงกะหรี่ 靠辣更嘎里
竹筒飯	ข้าวหลาม 靠藍
炒河粉	ผัดไทย 葩苔
炒米粉	ผัดเส้นหมี่ 葩線米
炒麵	ผัดบะหมี่ 葩罷米

中文	泰語 & 中文拼音
雞肉麵	ข้าวซอยไก่ 靠摔改
河粉湯	ก๋วยเตี๋ยวน้ำ 桂丟難
魚丸河粉湯	ก๋วยเตี๋ยวลูกชิ้นปลา 桂丟路慶巴
牛肉河粉湯	ก๋วยเตี๋ยวเนื้อ 桂丟呢
米粉湯	เส้นหมี่น้ำ 線米難
湯麵	บะหมี่น้ำ 罷米難
雞湯	น้ำซุปไก่ 難述改
酸辣蝦湯	ต้มยำกุ้ง 凍央貢
酸辣魚湯	ต้มยำปลา 凍央巴
鱷魚肉湯	ต้มจืดเนื้อจระเข้ 凍子呢昨辣客

中文	泰語 & 中文拼音
燕窩	รังนก 啷諾
魚翅	หูฉลาม 胡恰藍

TRAVEL TIPS

曼谷著名景點—菩提寺（臥佛寺）

菩提寺，又稱為臥佛寺，是因大殿裡供奉一尊身長四十六公尺的大臥佛而得名。

菩提寺是曼谷最大的佛寺，同時也是佛像、佛塔最多的寺廟，此外它還是「泰國第一間大學」。

原來在曼谷王朝第三世皇時，泰皇為了讓民眾能到佛寺求取知識，特地將佛寺內所有能夠雕刻之處，例如石碑、牆壁，全部刻上史料、藥方、文學、格言，以及全國各地風俗等知識，讓人們能夠隨時前來學習新知。

菩提寺中還有一所「泰國古式按摩學校」，專門教授正統的泰國古式按摩，其中也有高僧為人治療疾病，據説曾發生過不少奇妙事蹟。

5 異國料理

อาหารต่างชาติ 阿韓擋恰

MP3-47

中文	泰語 & 中文拼音
法國菜	อาหารฝรั่งเศส 阿韓法朗寫
義大利菜	อาหารอิตาเลี่ยน 阿韓以搭哩
中國菜	อาหารจีน 阿韓金
廣東菜	อาหารกวางตุ้ง 阿韓廣懂
日本菜（料理）	อาหารญี่ปุ่น 阿韓意本
韓國菜	อาหารเกาหลี 阿韓高梨
義大利麵	สปาเก็ตตี้ 傻巴界弟
牛排	สเต๊ก 傻疊
豬排	หมูทอด 母唾
雞排	ไก่ทอด 改唾

中文	泰語 & 中文拼音
韓國烤肉	เนื้อย่างเกาหลี 能樣高梨
韓國泡菜	ผักดองเกาหลี 葩冬高梨
拉麵	ราแมน 拉眠
水餃	เกี๊ยวน้ำ 就難
火鍋	สุกี้หม้อไฟ 數吉莫非
鐵板燒	หมูกะทะ 母軋踏

多會一種外語，為自己加分！

6 肉類

จำพวกเนื้อ 江破呢

MP3-48

中文	泰語 & 中文拼音
雞肉	เนื้อไก่ 呢改
雞翅膀	ปีกไก่ 比改
雞腿	น่องไก่ 弄改
雞爪	ขาไก่ 卡改
雞皮	หนังไก่ 南改
雞頭	หัวไก่ 華改
雞脖子	คอไก่ 棵改
雞肝	ตับไก่ 打改
雞蛋	ไข่ไก่ 凱改
鴨肉	เนื้อเป็ด 呢別

中文	泰語 & 中文拼音
鴨肝	**ตับเป็ด** 打別
鴨舌	**ลิ้นเป็ด** 另別
鴨掌	**กระพืดเป็ด ตีนเป็ด** 嘎碰別 丁別
豬肉	**เนื้อหมู** 呢母
豬肝	**ตับหมู** 打母
豬心	**หัวใจหมู เครื่องในหมู** 華宅母 捨乃母
豬腎	**ไตหมู** 呆母
大腸	**ไส้** 晒
豬腳	**ขาหมู** 卡母
豬骨	**กระดูกหมู** 嘎賭母

中文	泰語 & 中文拼音
五花肉	หมูสามชั้น 母嗓嗆
里肌肉	หมูสันนอก 母嗓諾
牛肉	เนื้อวัว 呢哇
牛尾巴	หางวัว 韓哇
牛筋	เอนวัว 因哇
牛胃	กระเพาะวัว 嘎破哇
羊肉	เนื้อแพะ 呢撇
羊排	สเต๊กแพะ 傻跌撇
鱷魚肉	เนื้อจระเข้ 呢昨辣客
蛇肉	เนื้องู 呢奴

7 海鮮

อาหารทะเล 阿韓踏咧

MP3-49

中文	泰語 & 中文拼音
鱈魚	ปลาหิมะ 巴昔罵
鯉魚	ปลาไน 巴奶
鯽魚	ปลาตะเพียน 巴打篇
鱸魚	ปลากระพง 巴嘎彭
鮪魚	ปลาทูน่า 巴涂那
鮭魚	ปลาแซลม่อน 巴消夢
鱔魚	ปลาไหล 巴萊
鰻魚	ปลาไหล 巴萊
鯊魚	ปลาฉลาม 巴恰藍
白帶魚	ปลาตะเพียนขาว 巴打篇烤

中文	泰語 & 中文拼音
秋刀魚	ปลาไซม่อน 巴篩孟
沙丁魚	ปลาซาดิน 巴沙丁
青花魚	ปลาแมคเคอเรล 巴滅科術
石斑魚	ปลาเก๋า 巴杲
鮑魚	เป๋าฮื้อ 飽亨
魷魚	ปลาหมึก 巴墨
墨魚	ปลาหมึก 巴墨
蝦子	กุ้ง 貢
龍蝦	กุ้งมังกร 貢芒公
蝦仁	กุ้งแห้ง 貢恨

中文	泰語 & 中文拼音
明蝦	กุ้งนาง 共筋
蛤蜊	หอยตลับ 懷打喇
海螺	หอยโข่ง 懷孔
干貝	หอย SCALLOP 懷史夠樂
淡菜	ตั่งไฉ่ 黨蔡
扇貝	หอยพัด 懷怕

 透過線上 MP3，用聽覺記單字，最快！

8 食品雜貨

ผลิตภัณฑ์อาหารต่าง ๆ 琶里打潘阿韓擋擋

MP3-50

中文	泰語 & 中文拼音
糖	น้ำตาล 難當
黑糖	น้ำตาลอ้อย 男當愛
冰糖	น้ำตาลกรวด 男當寡
方糖	น้ำตาลก้อน 男當共
鹽巴	เกลือ 哥
醬油	ซีอิ๊ว 細又
蠔油	น้ำมันหอย 難芒懷
麻油	น้ำมันงา 難芒拿
味精	ผงชูรส 朋粗洛
醋	น้ำส้มสายชู 難宋骰粗

中文	泰語 & 中文拼音
辣椒醬	ซอสพริก 碩屁
辣椒粉	พริกผง 屁朋
胡椒粉	พริกไทย 屁胎
蝦醬	กะปิ 嘎比
魚露	น้ำปลา 難巴
椰奶	กะทิ 嘎替
咖哩	ผงกะหรี่ 朋嘎里
蕃茄醬	ซอสมะเขือเทศ 碩士罵可帖
沙拉醬（美乃滋）	ครีมสลัด (ไมยองเนส) 輕傻啦（埋永內）
甜梅醬	ซอสบ๊วยหวาน 碩北完

中文	泰語 & 中文拼音
辣醬	ซอสพริก 碩闢
芥末	มาสตาด 嗎思達
芝麻	งา 拿
果醬	แยมผลไม้ 延朋辣麥
草莓果醬	แยมสตรอเบอร์รี่ 延思多波利
花生醬	แยมถั่วลิสง 延妥利聳
奶油	เนย 內
起司	ชีส 器士
奶精	ครีมเทียม 輕天
黑胡椒醬	ซอสพริกไทยดำ 碩屁胎當

中文	泰語 & 中文拼音
蘑菇醬	ซอสเห็ดเผาะ 碩嘿袍
蜂蜜	น้ำผึ้ง 難碰
麻油	น้ำมันงา 難芒拿
花生油	น้ำมันถั่วลิสง 難芒妥里聳
沙拉油	น้ำมันพืช 難芒碰
橄欖油	น้ำมันปาล์ม 難芒般
香料	เครื่องเทศ 揹貼
肉桂	อบเชย 哦崔
豆蔻	ถั่วลันเตากระป๋อง 妥啷刀軋甬
米	ข้าวสาร 靠嗓

中文	泰語 & 中文拼音
太白粉	แป้งมัน 變芒
糯米	ข้าวเหนียว 靠牛
麵粉	แป้งข้าวสาลี 變靠啥哩
罐頭	อาหารกระป๋อง 阿韓嘎甭
麵條	เส้นหมี่ 線米
粉絲（冬粉）	วุ้นเส้น 甕線
煉乳	นมข้นหวาน 濃控王
茶葉	ใบชา 掰掐
麥片	แผ่นข้าวโอ๊ต 便靠哦
玉米片	แผ่นข้าวโพด 便靠破

9 飲料

เครื่องดื่ม 掯等

MP3-51

中文	泰語 & 中文拼音
白開水	น้ำเปล่า 難飽
熱開水	น้ำร้อน 難啈
礦泉水	น้ำแร่ / น้ำโพลาลิส 難列 / 難破拉利
紅茶	ชาฝรั่ง 掐法朗
奶茶	ชานม 掐農
咖啡	กาแฟ 嘎非
牛奶	นมสด 農所
優酪乳（酸奶）	โยเกิร์ต (นมเปรี้ยว) 喲隔（農丟）
可可亞	โกโก้ 郭過
冰紅茶	ชาฝรั่งเย็น 掐法朗因

中文	泰語 & 中文拼音
冰奶茶	ชานมเย็น 掐農因
冰咖啡	กาแฟเย็น 嘎非因
熱紅茶	ชาฝรั่งร้อน 掐法朗哢
熱奶茶	ชานมร้อน 掐農農
熱咖啡	กาแฟร้อน 嘎非哢
茉莉花茶	ชามะลิ 掐罵利
椰子汁	น้ำมะพร้าว 難罵泡
柳橙汁	น้ำส้มคั้น 難宋看
西瓜汁	น้ำแตงโม 難顛莫
檸檬汁	น้ำมะนาว 難罵惱

中文	泰語 & 中文拼音
蘋果汁	**น้ำแอปเปิ้ล** 難耶笨
蕃茄汁	**น้ำมะเขือเทศ** 難罵可帖
汽水	**น้ำอัดลม** 難啊掄
可樂	**โค้ก** 擴
雪碧	**สไปรท์** 傻掰
啤酒	**เบียร์** 憋
米酒	**เหล้าขาว** 烙考
葡萄酒	**เหล้าองุ่น** 烙阿農
威士忌	**วิสกี้** 唯思忌
香檳	**แชมเปญ** 鮮冰

中文	泰語 & 中文拼音
白蘭地	บรั่นดี 八蘭迪
伏特加	ว้อคก้า 臥嘎

TRAVEL TIPS

物美價廉旅遊勝地

　　泰國的物價低廉、農產品豐富,各類工藝品、泰絲也很著名,對國人而言,泰國是「俗又大碗」的最佳旅遊國度。有傳統古蹟、自然美景、海洋風光,你可以悠閒自在的度假,或享受購物血拼的樂趣。

　　泰國讓人聯想到的圖像,如首都曼谷金碧輝煌、色彩豔麗的宮殿、寺廟建築,在炎陽下熠熠生光。水上市場特殊的庶民風情,熱鬧繽紛。普吉島及南部芭達雅的海灘美景、趣味刺激的水上活動,令人嚮往。徜徉在碧海藍天中,潔淨無污染的熱帶島嶼,是一個遠離塵囂的好去處,可以獲得身心的抒解。

　　泰國中、北部及東北部,有許多文物史蹟陸續出土,可見其歷史的悠久,和多元文化融合的情形。東北山地部落中的少數民族,如長頸族,是知名的特殊景點,有其文化獨特性。北部大城清邁,為避暑勝地,有「北方玫瑰」之稱。保留許多文化遺跡、傳統祭典、手工藝文物等。相較白日氣氛的寧靜祥和,泰國的夜生活是五光十色、冶艷浮華的,如人妖秀等,呈現多樣的千萬風情。

MEMO

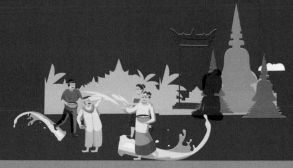

Part 7 交通篇

บทจราจร

跛佳拉鐘

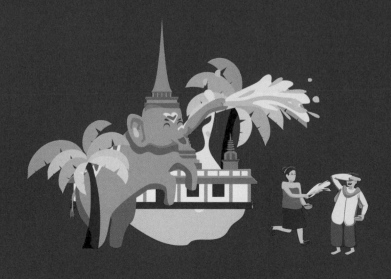

1 觀光勝地
สถานที่ท่องเที่ยว 傻唐替痛透

MP3-52

中文	泰語 & 中文拼音
玉佛寺	วัดพระแก้ว 哇帕叫
大皇宮	พระบรมมหาราชวัง 帕巴罵蛤辣恰汪
王家田廣場	สนามหลวง 傻南巒
臥佛寺（菩提寺）	วัดพระนอน (วัดโพธิ์) 哇帕弄（哇坡替）
涅盤寺	วัดนิพพาน 哇逆潘
黎明寺（鄭王廟）	วัดอรุณ 哇阿侖
蘇泰寺	วัดสุทัศน์ 哇數踏
金山寺	วัดภูเขาทอง 哇撲考通
水上市場	ตลาดน้ำ 打喇男
巴彭夜市	ไนท์พลาซ่าร์พัฒน์พงษ์ 乃趴煞帕彭

中文	泰語 & 中文拼音
恰都加週末市場	ตลาดนัดจักตุจักร 打喇納假賭假
曼谷毒蛇研究所	สถาบันวิจัยงูพิษ 傻塔班唯宅奴屁
國家博物館	พิพิธภัณฑ์สถานแห่งชาติ 屁屁踏潘傻唐行洽
耀華力路（唐人街）	ถนนเยาวราช (ไชน่าทาวน์) 塔農腰哇辣（猜納掏）
高山街（在曼谷）	ตรอกข้าวสาร (ที่กรุงเทพฯ) 朵靠嗓（替公帖）
東方飯店	โรงแรมโอเรียนเต็ล 龍拎哦連疊
玫瑰花園	พระตำหนักสวนกุหลาบ 帕當拿損咕喇
動物園	สวนสัตว์ 損傻
東芭樂園	สวนนงนุช 損農怒
小人國	เมืองจำลอง 捫江龍

中文	泰語 & 中文拼音
桂河大橋	สะพานข้ามแม่น้ำแคว 傻潘看滅難巧
博桑傘村	บ้านบ่อสร้าง 伴跛尚
長康路夜市（在清邁）	ตลาดไนท์พลาซ่าถนนช้างคลาน(ที่เชียงใหม่) 打喇奈趴薩塔農嗆康（替清邁）
拉瑪五世宮（挽芭茵）	พระราชวังร.5 (บางปะอิน) 帕辣洽汪落哈（般把因）
布依山地村（苗人村）	ดอยปุย (หมู่บ้านแม้ว) 待杯（母伴苗）
雙龍寺	วัดพระธาตุดอยสุเทพ 哇帕他待數帖

 跟著線上MP3多聽多學，學習效果超強！

2 建築物

สิ่งก่อสร้าง 醒搁散

MP3-53

中文	泰語 & 中文拼音
銀行	ธนาคาร 他拿康
飯店	โรงแรม 掄連
餐廳	ภัตตาคาร 帕達康
機場	สนามบิน 傻南冰
醫院	โรงพยาบาล 掄帕壓班
圖書館	ห้องสมุด 哄傻母
博物館	พิพิธภัณฑ์ 屁屁踏潘
警察局	สถานีตำรวจ 傻唐尼當裸
郵局	ไปรษณีย์ 掰沙尼
車站	สถานีขนส่ง 傻唐尼孔聳

中文	泰語 & 中文拼音
學校	โรงเรียน 掄連
公司	บริษัท 波哩傻
公寓	อพาทเมนท์ 阿帕面
電信局	ศูนย์โทรคมนาคม 雄拖卡罵那空
動物園	สวนสัตว์ 損傻
公園	สวนสาธารณะ 損啥他辣納
寺廟	วัด 瓦
教堂	โบสถ์ 跛
電影院	โรงภาพยนต์ 掄帕趴傭
戲院	โรงละคร 掄辣空

中文	泰語 & 中文拼音
咖啡館	ร้านกาแฟ 浪嘎非
網路咖啡館（網咖）	อินเทอร์เน็ตคาเฟ่ 因特捏卡費
麵包店	ร้านเบเกอร์รี่ 浪憋哥利
花店	ร้านดอกไม้ 浪朵麥
水果店	ร้านผลไม้ 浪朋辣麥
美容院	ร้านเสริมสวย 浪省隨
書店	ร้านหนังสือ 浪南思
洗衣店	ร้านซักรีด 浪薩利
唱片行	บริษัทแผ่นเสียง 波哩傻便賢
夜市	ไนท์พลาซ่าร์ 奈趴薩

中文	泰語 & 中文拼音
便利商店	ร้านมินิมาร์ท 浪迷你罵
廣場	สนามกลางแจ้ง 傻南乾建
游泳池	สระว่ายน้ำ 傻外難
停車場	โรงจอดรถ 掄左洛
公共電話	ตู้โทรศัพท์สาธารณะ 杜拖拉傻啥他辣納
紅綠燈	ไฟเขียวไฟแดง 非求非顛

 超簡單的內容，泰文很Easy，學習好Happy！

3 公車

รถเมล์ 洛咩

MP3-54

中文	泰語 & 中文拼音
雙條車	รถสองแถว 洛聳條
冷氣公車	รถเมล์ปรับอากาศ 洛咩把阿嘎
市區公車	รถเมล์ในเมือง 洛咩奶悶
長途巴士	รถบัสทางไกล 洛巴士湯該
站牌	ป้ายรถ 拜洛
上車	ขึ้นรถ 啃洛
下車	ลงรถ 龍洛
乘客	ผู้โดยสาร 瀑堆償
司機	คนขับรถ โชเฟอร์ 空卡洛 搓份
車掌	กระเป๋ารถเมล์ 嘎雹洛咩

中文	泰語 & 中文拼音
座位	ที่นั่ง 替難
零錢	เงินเศษ 能寫
投錢	หยอดเหรียญ 喲蓮
投幣式	แบบหยอดเหรียญ 別喲蓮
刷卡	รูดการ์ด 魯嘎
公車卡	บัตรโดยสารรถเมล์ 把堆償洛咩
買票	ซื้อตั๋ว 思奪
大人票	ตั๋วผู้ใหญ่ 奪舖涯
兒童票	ตั๋วเด็ก 奪碟
單程票	ตั๋วขาเดียว 奪卡丟

中文	泰語 & 中文拼音
來回票	ตั๋วไปกลับ 奪掰嘎
時刻表	ตารางเวลา 搭啷唯拉
開車時間	เวลารถออก 唯拉洛喔
下車按鈕	กดปุ่มลงรถ 果本龍洛
頭班車	รถเที่ยวแรก 洛透列
末班車	รถเที่ยวสุดท้าย 洛透數泰
終點站	สถานีปลายทาง 傻唐尼掰湯
高速公路	ทางด่วน 湯短
十字路口	ปากทางสี่แยก 把湯喜耶
停車	จอดรถ 昨洛

中文	泰語 & 中文拼音
塞車	**รถติด** 洛抵
煞車	**เบรครถ** 別洛

TRAVEL TIPS

浪漫古典水燈節

　　泰國另一個饒富民間神話趣味的節日就是「水燈節」。據傳在八百多年前，也就是泰國第一個王朝「素可泰王朝」，泰皇與泰國人民都會在泰曆十二月十五日月圓之日到河邊慶祝「燈節」，這時泰皇與嬪妃會乘坐龍舟遊河賞月，人民也會在河邊灑花、玩樂。

　　當時有一位手藝甚巧的貴妃，用香蕉葉折了蓮花形狀的小船，上面裝飾鮮花與蠟燭，放入水中，代表她對佛祖與河神的感恩之情。正好這艘精緻美麗的小船被泰皇看見，泰皇相當高興，於是下令以後每年十二月十五日為「水燈節」，此後各式各樣、美輪美奐的水燈一一出籠。

　　水燈節時期最熱鬧的城市，就是素可泰王朝的古都素可泰城，在這裡還會舉辦盛大的水燈設計比賽與水燈小姐選美，花車、象隊與水燈，襯托得這個古城更加詩情畫意，因此也有不少觀光客會選在這個時候，特地一訪泰國素可泰城。

4 計程車

รถแท็กซี่ 洛帖細

MP3-55

中文	泰語 & 中文拼音
嘟嘟車	รถตุ๊กตุ๊ก 洛杜杜
摩托計程車	รถแท็กซี่มิเตอร์ 洛帖細蜜得
三輪車	รถสามล้อ 洛嗓落
計程車招呼站	ป้ายโบกแท็กซี่ 拜跛帖細
空車	รถว่าง 洛旺
叫車	เรียกรถ 列洛
目的地	ที่หมาย 替埋
迷路	หลงทาง 龍湯
怎樣走	ไปอย่างไร 掰仰萊
沿著	ไปตาม 掰當

中文	泰語 & 中文拼音
直走	ตรงไป 東掰
轉角處	ตรงหัวมุม 東華蒙
往回走	เลี้ยวกลับทางเดิม 溜嘎湯登
斜對面	เยื้อง 人
很遠	ไกลมาก 該罵
附近	ใกล้ๆ 蓋蓋
走過頭	เดินเลย 登雷
趕時間	เร่งเวลา 練威拉
開快點	ขับไวหน่อย 卡歪乃
開慢點	ขับช้าหน่อย 卡恰乃

中文	泰語 & 中文拼音
跳表	มิเตอร์ 蜜得
基本費	ค่าพื้นฐาน 卡碰堂
里程表	เครื่องวัดระยะทาง 揹襪辣訝湯
找錢	ทอนเงิน 銅能
收據	ใบเสร็จ 掰寫
遺失物品	ของหาย 孔孩

 配合線上MP3活學活用，發揮強大的學習效果！

5 地下鐵（捷運）

รถไฟใต้ดิน (รถไฟฟ้า) 洛非代丁 (洛非法)

MP3-56

中文	泰語 & 中文拼音
售票處	จุดขายตั๋ว 組凱奪
售票機	เครื่องขายตั๋ว 揹凱奪
買票	ซื้อตั๋ว 思奪
退票	คืนตั๋ว 坑奪
退票處	จุดคืนตั๋ว 組坑奪
列車	ขบวนรถ 卡蹦洛
月台	ชานชลา 槍掐拉
車票	ตั๋วรถ 奪洛
補票	เติมตั๋ว 登奪
更換	เปลี่ยน 扁

中文	泰語 & 中文拼音
轉車	เปลี่ยนรถ 扁洛
搭錯車	ขึ้นรถผิด 啃洛彼
服務窗口	ช่องให้บริการ 欉亥波哩干
車上服務員	พนักงานบริการบนรถ 帕那团波哩干崩洛

TRAVEL TIPS

蕉風椰雨熱帶氣候

　　泰國屬熱帶氣候區，年均溫度是二十八度。全年分三季，三月到五月是熱季，五月到十一月是雨季，十一月到次年二月是涼季，也是旅遊的旺季。在時差上，泰國比台灣慢一個小時。

　　椰影婆娑、陽光燦爛的泰國，充滿熱帶風情，旅遊業極為發達。涼季是旅遊旺季，氣候乾爽舒適。

　　因緯度不同，各地乾季也不同。清邁以北的地區是從十一月到次年四月。中部和東北部的乾季，是從十二月到次年四月，南部的乾季是從一月到四月。

6 坐船

นั่งเรือ 難了

MP3-57

中文	泰語 & 中文拼音
售票處	จุดขายตั๋ว 組凱奪
來回船票	ตั๋วเรือไปกลับ 奪了掰嘎
港口	ท่าเรือ 踏了
渡船	เรือข้ามฟาก 了抗乏
快艇	เรือเร็ว 了溜
郵輪	เรือสำราญ 了嗓啷
竹筏	แพ 撇
碼頭	ท่าเรือ 踏了
堤防	คันคู 康哭
燈塔	ประภาคาร 把趴康

中文	泰語 & 中文拼音
離港時間	เวลาออกจากท่าเรือ 唯拉哦甲踏了
入港時間	เวลาเทียบท่า 唯拉帖踏
上船	ขึ้นเรือ 揹了
下船	ลงเรือ 龍了
航線	เส้นทางเดินเรือ 線湯登了
甲板	พื้นเรือ 盆了
船頭	หัวเรือ 華了
船尾	ท้ายเรือ 泰了
暈船	เมาเรือ 貓了
船上服務	บริการบนเรือ 波哩干崩了

中文	泰語 & 中文拼音
船長	นายเรือ / กัปตัน 奈了/嘎當
船員	พนักงานเรือ 帕納团了
救生衣	เสื้อชูชีพ 社初器

TRAVEL TIPS

普吉島─上山下海「泰」好玩

普吉島是泰國最大的島，「普吉」是馬來語「山」的意思，顧名思義，普吉島是一個多山之地。

普吉島的資源豐富，豐富的錫礦遍布海底與全島，島上還盛產橡膠，這兩樣「寶物」使得普吉島每年都能賺取大量外匯，而有「金銀島」的美譽。

普吉島豐富味美的海鮮，以及多樣香甜的水果，如榴槤、菠蘿蜜、山竹、紅毛丹，每年都吸引大量觀光客前來嚐鮮。

普吉島也盛行各種海上活動，例如拖曳傘、香蕉船、水上摩托車、浮潛，等著愛冒險的旅客玩個過癮。即使不玩海上探險的遊戲，只是漫步在潔白的沙灘上，欣賞夕陽西下染紅一片深藍海水的美景，也會讓人覺得無比的浪漫愜意。

7 租車子

เช่ารถ 翹洛

MP3-58

中文	泰語 & 中文拼音
租金	ค่าเช่า 卡翹
手排	เกียร์ธรรมดา 玠湯媽搭
自排	เกียร์ออโต้ 玠哦惰
速度	ความเร็ว 匡溜
安全帶	เข็มขัดนิรภัย 勤卡尼拉拍
交通規則	กฎจราจร 果佳拉宗
車種	ชนิดรถ 恰逆洛
總店	สำนักงานใหญ่ 嗓納団啞
加油站	ปั๊มน้ำมัน 伴難芒
還車	คืนรถ 坑洛

8 地名

ชื่อสถานที่ 次傻唐替

MP3-59

中文	泰語 & 中文拼音
曼谷	กรุงเทพฯ 公貼
芭達雅	พัทยา 芭他亞
格蘭島	เกาะล้าน 果浪
普吉島	เกาะภูเก็ต 果普吉
攀牙灣	อ่าวพังงา 凹潘啊
清邁	เชียงใหม่ 清買
金三角	สามเหลี่ยมทองคำ 珊憐通康
美斯樂	แม่สลอง 滅沙攏
清萊	เชียงราย 青萊
蘇梅島	เกาะสมุย 果傻眉

中文	泰語 & 中文拼音
PP島	เกาะพีพี 果匹匹
割喉島	เกาะห้อง 果哄
素可泰	สุโขทัย 數可胎
合艾	หาดใหญ่ 哈啞
大城（艾尤他雅）	อยุธยา 阿尤他壓
暹羅灣	อ่าวไทย 凹胎
湄南河（昭披耶河）	แม่น้ำเจ้าพระยา 滅難叫帕壓

學好外語的秘訣是重複、重複、再重複，
將學習融入生活中！

MEMO

Part 8

娛樂活動篇

บทกิจกรรมบันเทิง

跛吉甲干班騰

1 逛百貨公司

เดินเที่ยวห้างสรรพสินค้า 登透汗傻潘行卡

MP3-60

中文	泰語 & 中文拼音
暹羅廣場	สยามสแควร์ 傻羊十盔
女鞋部	แผนกรองเท้าสตรี 葩聶攏套傻低
化妝品專櫃	เครื่องสำอาง 揹賞安
飾品	เครื่องประดับ 揹把打
淑女服裝	เสื้อผ้าสตรี 社帕啥低
紳士服裝	เสื้อผ้าบุรุษ 社帕補魯
童裝	เสื้อผ้าเด็ก 社帕碟
少女服裝	เสื้อผ้าวัยรุ่น 社帕歪唪
運動用品	เครื่องใช้กีฬา 揹蔡吉拉
精品部	แผนกกิ๊ฟชอร์ป 葩聶吉措

中文	泰語 & 中文拼音
玩具部	แผนกของเด็กเล่น 葩聶孔碟練
電器用品部	เครื่องใช้ไฟฟ้า 揹蔡非法
寢具部	แผนกเครื่องนอน 葩聶揹農
鞋子部	แผนกรองเท้า 葩聶攏套
特賣場	แหล่งสินค้าพิเศษ 拎行卡屁寫
孕婦用品	เครื่องใช้สตรีมีครรภ์ 揹蔡啥低咪擴

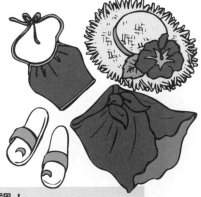

多聽線上MP3，熟悉語調！

2 運動休閒

กีฬา นันทนาการ 吉拉 喃踏那干

MP3-61

中文	泰語 & 中文拼音
足球	ฟุตบอล 付崩
籃球	บาสเก็ตบอล 巴思界崩
排球	วอลเล่ย์บอล 窩列崩
藤球	ตระกร้อ 打過
桌球（乒乓球）	ปิงปอง 兵蹦
羽毛球	แบดมินตัน 別密但
棒球	เบสบอล 別思崩
網球	เทนนิส 添逆思
保齡球	โบว์ลิ่ง 波另
高爾夫球	กอล์ฟ 過夫

中文	泰語 & 中文拼音
跳舞	เต้นรำ 電啷
唱歌	ร้องเพลง 唠拼
游泳	ว่ายน้ำ 外難
溜冰	สเก็ตน้ำแข็ง 沙介難勤
滑雪	สกี 傻吉
跳遠	กระโดดไกล 嘎朵該
跳高	กระโดดสูง 嘎賭聳
舉重	ยกน้ำหนัก 葯難哪
柔道	มวยยูโด 每又多
空手道	ไทเก๊ก 胎界

中文	泰語 & 中文拼音
跆拳道	เทคอนโด 貼空多
潛水	ดำน้ำ 當難
衝浪	โต้คลื่น 惰肯
登山	ปีนเขา 冰考
釣魚	ตกปลา 朵巴
露營	ตั้งแคมป์ 但肯
野餐	ปิคนิค 比你
烤肉	บาบิคิว 巴比
打獵	ล่าสัตว์ 辣傻
攀岩	ปีนผา 冰扒

中文	泰語 & 中文拼音
騎馬	ขี่ม้า 奇罵
賽車	แข่งรถ 肯洛
跑步	วิ่ง 問
馬拉松	มาราธอน 馬拉同
做全身按摩	นวดทั้งตัว 諾燙多

 配合線上MP3反覆練習，收「聽」、「說」雙重效果！

3 看表演

ดูการแสดง 督剛傻顛

MP3-62

中文	泰語 & 中文拼音
後排座位	ที่นั่งแถวหลัง 替難條藍
前排座位	ที่นั่งแถวหน้า 替難條納
開始	เริ่ม 愣
結束	จบ 昨
入口	ทางเข้า 湯靠
出口	ทางออก 湯哦
入場券	ตั๋วเข้าชม 奪靠沖
滿座	นั่งเต็ม 難顛
預約	จองล่วงหน้า 宗亂納
一張票	ตั๋วหนึ่งใบ 奪能掰

中文	泰語 & 中文拼音
舞蹈表演	การแสดงฟ้อนรำ 岡啥顛逢啷
指甲舞	ฟ้อนเล็บ 鳳列
面具舞	การแสดงโขน 岡啥顛孔
南旺舞（圓舞）	รำวง 啷嗡
泰國拳比賽	การแข่งขันชกมวยไทย 岡勤扛措每胎
人妖秀	การแสดงกระเทยโชว์ 岡啥顛嘎推搓
大象表演	การแสดงช้างโชว์ 岡啥顛嗆搓
猴子表演	การแสดงลิงโชว์ 岡啥顛拎搓
鬥雞表演	การแสดงไก่ชน 岡啥顛改沖
傀儡戲	ละครหุ่น 辣空哄

中文	泰語 & 中文拼音
皮影戲	หนังตะลุง 南打掄
演唱會	คอนเสิร์ต 空瑟
音樂會	งานดนตรี 団東低
歌劇	ละครเพลง 辣空偏
鋼琴表演	การแสดงเปียนโน 岡啥顛編挪
小提琴表演	การแสดงไวโอลิน 岡啥顛歪喔拎
吉他表演	การแสดงกีต้า 岡啥顛吉大
芭蕾舞表演	การแสดงบัลเล่ต์ 岡啥顛般列
舞台	เวทีแสดง 喂梯啥顛
馬戲團	มายากล 嗎押公

4 看電影

ดูหนัง 都南

MP3-63

中文	泰語 & 中文拼音
排隊	เรียงคิว 拎裘
買票	ซื้อตั๋ว 思奪
預售票	ซื้อตั๋วล่วงหน้า 思奪亂納
首映	ฉายรอบปฐมทัศน์ 才洛把同踏
上映	เริ่มฉาย 愣才
黃牛票 （非法出售的電影票）	ตั๋วหน้าม้า 奪納罵
一部電影	หนังหนึ่งเรื่อง 南能愣
好看	น่าชม / สนุก 納沖/啥努
不好看	ไม่น่าชม / ไม่สนุก 麥納沖/麥啥努
很有名	มีชื่อเสียงมาก / ดังมาก 咪次閒罵/當罵

中文	泰語 & 中文拼音
金像獎	รางวัลตุ๊กตาทอง 啷汪度嘎搭通
恐怖片	หนังสยองขวัญ 南啥永狂
文藝愛情片	หนังชีวิตรัก 南七唯辣
動作片	หนังแอคชั่น / หนังบู๊ 南耶嗆/南不
記錄片	หนังบันทึกชีวประวัติ 南般特七哇把瓦
首映會	งานฉายรอบปฐมทัศน์ 团才洛把同踏
招待券	ตั๋วฟรี 奪非
女主角	นางเอก 喃誒
男主角	พระเอก 帕耶
學生票	ตั๋วนักเรียน 奪那連

中文	泰語 & 中文拼音
成人	ตั๋วผู้ใหญ่ 奪曝啞
兒童	เด็ก 碟
打折券	คูปองลด 枯崩洛
優待券	คูปองกำนัล 枯崩干那
對號入座	นั่งตามหมายเลข 難當埋列
禁煙區	เขตงดสูบบุหรี่ 且諾數補里
吸煙區	เขตสูบบุหรี่ 且數補里
帶食物	นำอาหาร 喃阿韓
進去	เข้าไป 靠掰

5 書店買書

ซื้อหนังสือที่ร้านหนังสือ 思南思替浪南思

MP3-64

中文	泰語 & 中文拼音
小說	นิยาย 逆涯
文學小說	นิยายเพื่อการศึกษา 逆壓噴剛始啥
羅曼史小說	นิยายรัก 逆涯辣
傳記	ชีวประวัติ 七哇把瓦
漫畫	การ์ตูน 嘎敦
報紙	หนังสือพิมพ์ 南思拼
雜誌	นิตยสาร 逆搭押散
週刊	นิตยสารรายสัปดาห์ 逆搭押散萊傻搭
服裝雜誌	นิตยสารแฟชั่นเสื้อผ้า 逆搭押散非嗆社帕
八卦雜誌	คอลัมน์ 科浪

中文	泰語 & 中文拼音
教科書	ตำราคู่มือการเรียน 當拉褲悶剛臉
工具書	อุปกรณ์คู่มือการเรียน 烏把功褲悶剛臉
參考書	หนังสืออ้างอิง 南思按因
字典	พจนานุกรม 破佳那努公
暢銷書	หนังสือขายดี 南思凱低
旅遊指南	หนังสือแนะนำการท่องเที่ยว 南思聶喃岡痛透
圖書禮券	คูปองหนังสือ 枯崩南思
地圖	แผนที่ 便替
訂購單	ใบสั่งซื้อ 掰嗓思
圖書目錄	รายการหนังสือ 萊岡南思

中文	泰語 & 中文拼音
打折價格	ราคาส่วนลด 拉卡損洛
退貨	ส่งคืนสินค้า 聳坑行卡
更換	เปลี่ยน 扁
錢不夠	เงินไม่พอ 能麥坡
計算錯誤	คำนวณผิด 康暖痞
弄錯	ผิดพลาด 痞帕

 搭配線上MP3學習效果加倍，發音標準、開口流利！

6 租錄影帶

เช่าวิดีโอเทป 峭唯低哦帖

MP3-65

中文	泰語 & 中文拼音
身份證件	บัตรประจำตัว 把把江多
會員卡	บัตรสมาชิก 把啥嗎器
錄影帶	วิดีโอเทป 唯低哦帖
入會費	ค่าสมัครสมาชิก 卡啥馬啥嗎器
申請表	แบบฟอร์มสมัคร 別風啥馬
填寫	กรอก 摑
姓名	ชื่อ-นามสกุล 次-筋啥功
地址	ที่อยู่ 替唷
駕照	ใบขับขี่ 掰卡奇
期限	หมดอายุ 抹阿由

中文	泰語 & 中文拼音
退還	ส่งคืน 聳坑
最近	ระยะนี้ 辣亞泥
排行榜	ติดอันดับ 抵安打
洋片	หนังฝรั่ง 南法懶

TRAVEL TIPS

入境隨俗停看聽

　　泰人認為頭部是人的靈魂聚合處，是全身的精華，所以不可隨便碰別人的頭部，即使是兒童也不行。

　　在打招呼的方式，泰人的見面禮儀是雙手合十（合掌禮），像祈禱一樣。年輕人遇到長者，要先行禮，長者再回禮。在公共場合中，男女不可表現太親性的動作，他們認為這樣是低俗、不高尚的。

　　佛教禁止僧侶和女性接觸，也不可從女性手中接過東西。如果女性有東西要交給僧侶，需由男性代勞，或把東西放在僧侶攤開的手帕或黃衣上。

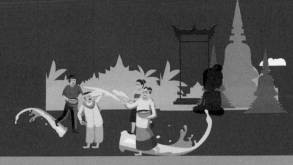

Part 9 學校篇

บทโรงเรียน

跛掄拎

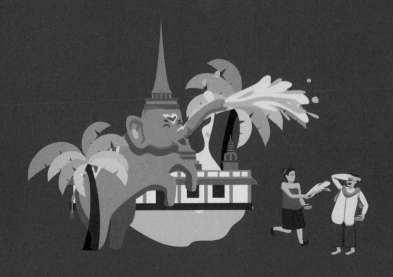

1 上學

ไปโรงเรียน 掰掄拎

MP3-66

中文	泰語 & 中文拼音
幼稚園	อนุบาล 阿努班
小學	ชั้นประถม 強把同
中學	มัธยมต้น 罵他庸凍
高中	มัธยมปลาย 罵他庸掰
大學	มหาวิทยาลัย 罵哈唯他押萊
研究所	สถาบันวิจัย 啥塔班唯栽
博士	ด็อกเตอร์ 惰德
校長	อาจารย์ใหญ่ 阿江啞
教授	อาจารย์ / ศาสตราจารย์ 阿江/啥傻搭江
助教	ผู้ช่วยศาสตราจารย์ 曝翠啥傻搭江

中文	泰語 & 中文拼音
講師	ผู้บรรยาย 曝般涯
老師	ครู / อาจารย์ 枯/阿江
同學	เพื่อนร่วมเรียน 碰哢連
學生	นักเรียน / นักศึกษา 納連/納思啥
班長	หัวหน้าห้อง 華納哄
副班長	รองหัวหน้าห้อง 攏華納哄
幹部	ตัวแทน 多聽
糾察隊	หน่วยรักษาความเรียบร้อย 內辣啥寬列裸
科系	คณะ 卡納
主修	เอก 耶

中文	泰語 & 中文拼音
泰語	ภาษาไทย 趴啥胎
英語	ภาษาอังกฤษ 趴啥安吉
中文	ภาษาจีน 趴啥金
日語	ภาษาญี่ปุ่น 趴啥意本
法語	ภาษาฝรั่งเศส 趴啥法朗寫
數學課	วิชาคณิตศาสตร์ 唯掐看逆傻
英語課	วิชาภาษาอังกฤษ 唯掐趴啥安吉
社會課	วิชาสังคม 唯掐嗓空
美術課	วิชาศิลปศาสตร์ 唯掐昔辣把啥
音樂課	วิชาดนตรี 唯掐冬低

中文	泰語 & 中文拼音
體育課	วิชาพละ 唯掐帕辣
電腦課	วิชาคอมพิวเตอร์ 唯掐空皮德
勞作課	วิชาเกษตร 唯掐嘎寫
朝會	ประชุมตอนเช้า 把沖東翹
升旗典禮	พิธีเชิญธงชาติ 屁梯稱通恰
早自習	ฝึกฝนก่อนเรียน 粉逢拱兩
上課	เข้าเรียน 靠拎
下課	เลิกเรียน 樂拎
午休	พักกลางวัน 帕干汪
打掃	ทำความสะอาด 湯匡啥阿

中文	泰語 & 中文拼音
放學	เลิกเรียน 樂拎
課本	หนังสือเรียน 南十拎
筆記本	โน๊ตบุ๊ค 諾不
回家作業	การบ้าน 干辦
比賽	แข่งขัน 勤坎
整潔比賽	แข่งขันทำความสะอาด 勤坎湯匡啥阿
作文比賽	แข่งขันเรียงความ 勤坎連匡
演講比賽	แข่งขันการพูด 勤坎干曝
園遊會	งานเทศกาลโรงเรียน 团帖傻剛掄拎
運動會	งานกีฬา 团吉拉

中文	泰語 & 中文拼音
社團	ชมรม 充攏
暑假	ปิดภาคฤดูร้อน 比帕樂都唭
寒假	ปิดภาคฤดูหนาว 比帕樂都惱
溫書假	ปิดทบทวนหนังสือ 比唾湍南思
看書	ดูหนังสือ 都南思
考試	สอบ 所

 加油！加油！就快要成功了！

2 校園
โรงเรียน 攏拎

MP3-67

中文	泰語 & 中文拼音
校長室	ห้องพักครูใหญ่ 哄帕枯啞衣
教師室	ห้องพักครู 哄帕枯
輔導室	ห้องแนะแนว 哄聶鳥
教室	ห้องเรียน 哄拎
黑板	กระดานดำ 嘎當當
白板	ไวท์บอร์ด 外跛
板擦	แปรงลบกระดาน 編洛嘎當
粉筆	ชอร์ค 措
白板筆	ปากกาไวท์บอร์ด 把嘎外跛
講台	โพเรียม 波戀

中文	泰語 & 中文拼音
講桌	โต๊ะบรรยาย 惰幫壓
電腦教室	ห้องโสต / ห้องคอมพิวเตอร์ 哄所/哄空皮德
主機	ซีพียู 溪匹育
伺服器	เซอร์ฟเวอร์ 設我
螢幕	หน้าจอ 納昨
滑鼠	เมาส์ 帽思
滑鼠墊	แผ่นรองเมาส์ 便攏帽思
鍵盤	คีย์บอร์ด 欺跛
喇叭	ลำโพง 嘟朋
印表機	เครื่องปรินท์ 揹平

中文	泰語 & 中文拼音
掃描機	เครื่องสแกน 揹啥今
數據機	โมเด็ม 莫電
網路	อินเทอร์เน็ต 因特聶
網站	เว็บไซต์ 喂晒
入口網站	เว็บไซต์อิน 喂晒因
搜尋	ค้นหา 控哈
病毒	ไวรัส 歪辣
中毒	ติดไวรัส 抵歪辣
電子郵件	อีเมล์ 伊妹
磁片	แผ่นดิสก์ 便弟斯

中文	泰語 & 中文拼音
光碟片	แผ่นซีดี 便溪低
軟體	ซอร์ฟแวร์ 說喂
線上遊戲	เกมส์ออนไลน์ 今嗡賴
實驗室	ห้องแล็ป 哄列
禮堂	ห้องประชุมของโรงเรียน 哄把沖孔掄拎
圖書館	ห้องสมุด 哄啥母
閱讀區	มุมอ่านหนังสือ 蒙庵南思
借書區	เขตยืมหนังสือ 客扔南思
視聽教室	ห้องโสต 哄所
借書證	หลักฐานการยืมหนังสือ 喇唐干扔南思

中文	泰語 & 中文拼音
外借	ยืมออกไป 扔哦掰
歸還	ส่งคืน 聳坑
逾期	เกินกำหนด 更干挪
警衛室	ป้อมยาม 蹦央
福利社	สหกรณ์ 啥哈功
餐廳	โรงอาหาร 掄阿函
體育場	โรงยิม 掄印
操場	สนามออกกำลังกาย 啥南哦干啷該
溜滑梯	สเก็ตบอร์ด 沙介撥
宿舍	หอพัก 伙帕

中文	泰語 & 中文拼音
涼亭	ศาลา 啥拉
公佈欄	บอร์ดประกาศ 跛把嘎
走廊	ระเบียง 辣編
走道	ทางเดิน 湯登

TRAVEL TIPS

泰式風味美食

　　泰國以米食為主，因受中國、印度、東南亞各國、回教等影響，烹調方式多變，口味偏重，甜、酸、辛辣的料理極多，喜歡加天然香料，如胡椒、檸檬、香菜、胡椒、咖哩、魚露等。各種點心口味獨特、色彩鮮豔。其用餐習慣，不像是吃西式料理，菜一道一道的上，而是像吃中菜一樣，菜、湯都上桌，再配合米飯或麵食等主食。

　　泰國是有名的水果王國，盛產椰子、香蕉、榴槤、山竹、紅毛丹等熱帶水果。若在盛產的季節造訪，可好好的大快朵頤、盡情嚐鮮。

MEMO

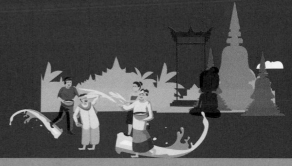

Part 10 上班篇

บททำงาน

跛湯筋

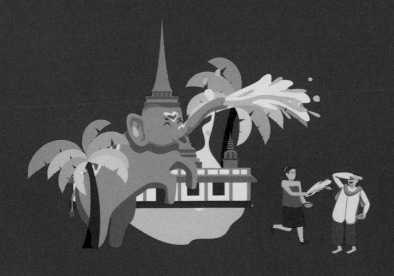

1 公司組織

โครงสร้างบริษัท 空散波哩啥

MP3-68

中文	泰語 & 中文拼音
董事長	ประธานกรรมการ 把湯乾嗎干
總經理	กรรมการผู้จัดการ 剛媽剛曝假干
經理	ผู้จัดการ 曝假干
廠長	ผู้จัดการโรงงาน 曝假干掄团
課長	หัวหน้าแผนก 華納帕聶
主任	หัวหน้า 華納
組長	หัวหน้าหมู่ 華納母
同事	เพื่อนร่วมงาน 碰哢团
職員	พนักงาน 帕納团
秘書	เลขานุการ 咧卡努干

中文	泰語 & 中文拼音
總機	โอเปอร์เรเตอร์ 哦波咧德
業務部	แผนกตลาด 帕聶打喇
企畫部	แผนกวางแผน 帕聶汪便
會計部	แผนกบัญชี 帕聶班欺
行銷部	แผนกขาย 帕聶凱
公關部	แผนกประชาสัมพันธ์ 帕聶把掐嗓潘
研究開發部	แผนกวิจัยตลาด 帕聶唯災打喇
名片	นามบัตร 喃把
工廠	โรงงาน 掄囝
倉庫	โกดัง 郭當

中文	泰語 & 中文拼音
生意	ธุรกิจ 吐辣吉
門市	ร้านค้า 浪卡

TRAVEL TIPS

芭達雅—東方夏威夷

　　芭達雅是泰國著名的海濱城市，有「東方夏威夷」的美稱，也相當盛行各種海上活動，而岸上小販販售的紀念品，如用木片寫上名字的鑰匙圈、星砂貝殼飾品、手工編織的布包等，或者是人體彩繪、編織頭髮等，也足以讓玩夠水上活動的觀光客流連忘返。

　　芭達雅有兩大著名景點，一是東芭樂園，另一是是拉差龍虎園。前者是一曼谷富商所有，園內種了三萬株椰子樹，還有一個號稱世界十大蘭花圍之一，種植五十萬株蘭花的蘭花園。

　　東芭樂園依山傍水，大門兩側均是人工湖泊，湖中可以划小船遊賞風光，湖泊旁則是草木扶疏，還有餐廳、度假小屋可供用膳、住宿。園內還有民俗劇院、文物館等表演場地，除了欣賞泰國民族表演，與泰國珍貴的珠寶、佛像文物外，還可以在此體驗大象按摩的技術。泰國人相信被大象跨過能帶來福氣，下次到東芭樂園，可別錯過大象按摩秀！

2 工作環境

สภาพแวดล้อมการทำงาน 啥帕維攏干湯団

MP3-69

中文	泰語 & 中文拼音
辦公室	ห้องทำงาน / ออฟฟิศ 哄湯団/哦啡
會議室	ห้องประชุม 哄把沖
會客室	ห้องรับแขก 哄辣客
茶水間	ห้องน้ำชา 哄難掐
休息室	ห้องพักผ่อน 哄帕朋
影印室	ห้องถ่ายเอกสาร 哄抬耶嘎散
影印機	เครื่องถ่ายเอกสาร 揹抬耶嘎散
傳真機	เครื่องแฟ็กส์ 揹啡
碎紙機	เครื่องบดกระดาษ 揹跛嘎打
上班	เข้างาน 靠筋

中文	泰語 & 中文拼音
下班	เลิกงาน 樂筋
準時	ตรงเวลา 東唯拉
遲到	สาย 骰
開會	ประชุม 把沖
拜訪客戶	เยี่ยมเยียนลูกค้า 厭煙路卡
打報表	พิมพ์รายงาน 拼萊囝
算帳	คิดบัญชี 奇班欺

生活化的內容，泰文很Easy，學習好Happy！

3 職業

อาชีพ 阿器

MP3-70

中文	泰語 & 中文拼音
和尚	พระสงฆ์ 帕聳
工人	คนงาน 空团
商人	พ่อค้า 破卡
農夫	ชาวนา 敲那
耕田	ทำนา 湯那
打獵	ล่าสัตว์ 辣啥
漁夫	ชาวประมง 敲把蒙
公司職員	พนักงานบริษัท 帕納团波哩啥
翻譯	ล่าม 浪
店員	พนักงานร้าน 帕納筋浪

中文	泰語 & 中文拼音
司機	คนขับรถ 空卡洛
律師	ทนายความ 踏乃匡
法官	ผู้พิพากษา 曝屁帕啥
檢察官	อัยการ 哀押干
警察	ตำรวจ 當裸
消防隊員	พนักงานดับเพลิง 帕納囝打噴
軍人	ทหาร 踏函
醫生	หมอ 模
護士	พยาบาล 趴押班
藥劑師	พยาบาลจัดยา 趴呀邦甲呀

中文	泰語 & 中文拼音
郵差	บุรุษไปรษณีย์ 補魯掰沙尼
導遊	ไกด์นำเที่ยว 蓋喃透
空服員	ลูกเรือสายการบิน 路了骰干兵
記者	นักข่าว 納考
作家	นักเขียน 納勤
畫家	นักจิตรกร 納吉搭功
廚師	กุ๊ก / พ่อครัว 固/破夸
餐廳服務員	พนักงานบริการ / พนักงานเสริฟ 帕納筋波哩岡/帕納筋瑟
推銷員	พนักงานขาย 帕納筋凱
美容師	ช่างเสริมสวย 嗆省隨

中文	泰語 & 中文拼音
工程師	นักวิศวกร 納維沙哇功
建築師	นักสถาปนิต 納啥塌巴逆
會計師	นักการบัญชี 納岡班欺
模特兒	นางแบบ 喃別
服裝設計師	ช่างออกแบบเสื้อผ้า ดีไซด์เนอร์ 嗆哦別社帕 低塞訥
理髮師	ช่างตัดผม 嗆打朋
公務員	ข้าราชการ 卡辣恰干
救生員	คนกู้ชีพ 空故器
家庭主婦	แม่บ้าน 滅伴

Part 11

商貿篇

บทธุรกิจการค้า

跛吐辣吉干卡

1 商業機構

สถาบันการค้า 啥場般干卡

MP3-71

中文	泰語 & 中文拼音
工廠	โรงงาน 攏筋
辦公大樓	อาคารสำนักงาน 阿康償那筋
百貨公司	ห้างสรรพสินค้า 汗唅潘行卡
超級市場	ซุปเปอร์มาร์เก็ต 數撥嗎介
市場	ตลาด 打喇
大型購物中心	ศูนย์การค้าขนาดใหญ่ 損干卡卡那啞衣
出版社	โรงพิมพ์ 攏拼
雜誌部	แผนกนิตยสาร 葩聶尼搭壓嗓
編輯部	แผนกจัดพิมพ์ 葩聶假拼
業務部	แผนกตลาด 葩聶打喇

中文	泰語 & 中文拼音
企劃部	แผนกวางแผน 葩聶汪瓶
會計部	แผนกบัญชี 葩聶般欺
行銷部	แผนกขาย 葩聶凱
公關部	แผนกประชาสัมพันธ์ 葩聶把掐嗓潘
商店	ร้านค้า 浪卡
攤販	แผงลอย 便睞

透過線上MP3，用聽覺記單字，最快！

2 預約會面

นัดพบ 那破

MP3-72

中文	泰語 & 中文拼音
拜訪	เยี่ยมเยียน 厭煙
名片	นามบัตร 喃把
開會	ประชุม 把充
業務	กิจการ 吉甲干
合作	ร่วมมือ 亂莫
簽約	เซ็นสัญญา 先嗓壓
市場調查	สำรวจตลาด 償裸打喇
提案	เสนอเรื่อง 傻呢愣
發表會	แถลงเปิดตัว 塔連伯多
做簡報	ทำรายงาน 湯萊筋

中文	泰語 & 中文拼音
客人	ลูกค้า 路卡
外國人	คนต่างชาติ 空擋洽
有空	ว่าง 旺
沒有空	ไม่ว่าง 麥旺
聊天	สนธนาพูดคุย 聳他那曝虧

知識改變命運，語言能力是成功利器。

3 洽談生意

ติดต่อธุรกิจ 抵朵吐辣吉

MP3-73

中文	泰語 & 中文拼音
訂	สั่งซื้อ 嗓思
產品	ผลิตภัณฑ์ 帕理打潘
貴公司	บริษัทคุณ 波哩傻昆
價錢	ราคา 拉卡
介紹	แนะนำ 聶喃
下訂購單	ออกใบสั่งซื้อ 哦掰嗓十
太貴	แพงเกินไป 偏跟掰
成本	ต้นทุน 凍吞
利潤	กำไร 干萊
銷路	ช่องทางการขาย 沖湯干凱

中文	泰語 & 中文拼音
底價	ราคาต่ำ 拉卡擋
提前交貨	ส่งมอบสินค้าก่อนกำหนด 聳莫行卡汞干挪
準時交貨	ส่งมอบสินค้าตามกำหนด 聳莫行卡當干挪
交貨日期	วันที่ส่งมอบสินค้า 汪替聳莫行卡
出貨日期	วันที่ส่งออก 汪替聳哦
市場價格	ราคาตลาด 拉卡打喇
折扣	ส่วนลด 損洛

踏踏實實學一句說一句，享受用道地
泰語溝通的快樂！

4 社交應酬

งาน 筋

MP3-74

中文	泰語 & 中文拼音
職業	อาชีพ 阿器
薪水	เงินเดือน 能登
打工	รับจ๊อบ 辣左
合股	ร่วมหุ้น 亂哄
老闆	เถ้าแก่ 套給
員工	พนักงาน 帕那筋
順利	ราบรื่น 辣愣
過得去	พออยู่ได้ 坡育代
不好	ไม่ดี 麥低
熬夜	อดหลับอดนอน 哦啦哦濃

中文	泰語 & 中文拼音
改行	เปลี่ยนอาชีพ 扁阿器
找工作	หางาน 蛤筋
內行	ชำนาญ 槍喃
虧本	ขาดทุน 卡吞
關照	ดูแล 都咧

 選對一本好教材，輕鬆說一口流利泰語！

5 打電話

โทรศัพท์ 拖拉傻

MP3-75

中文	泰語 & 中文拼音
我是~	ฉันคือ 強
找哪位	หาใคร 蛤開
等一下	รอสักครู่ 囉煞酷
外出	ออกไปข้างนอก 哦掰看諾
出差	ออกงานนอกพื้นที่ 哦筋諾碰替
回來	กลับมา 嘎嗎
請假	ลางาน 拉囝
有空	ว่าง 旺
沒有空	ไม่ว่าง 麥旺
開會中	กำลังประชุม 岡啷把沖

中文	泰語 & 中文拼音
吃飯中	กำลังทานข้าว 岡啷湯靠
總機	โอเปอร์เรเตอร์ 哦波列得
分機	ต่อหมายเลขภายใน 朵埋列拍奶
辦公室	สำนักงาน 嗓那筋
沒人接	ไม่มีคนรับ 麥咪空辣

多會一種外語，為自己加分！

MEMO

Part 12　日常生活篇

บทชีวิตประจำวัน

跛七唯把江汪

1 在理髮店

ที่ร้านตัดผม 替浪打朋

MP3-76

中文	泰語 & 中文拼音
髮型	ทรงผม 松朋
照以前一樣	เหมือนเมื่อก่อน 門墨拱
稍微剪短一些	ตัดสั้นอีกนิดหน่อย 打散以逆乃
短髮	ผมสั้น 朋散
長髮	ผมยาว 朋腰
黑髮	ผมดำ 朋當
金髮	ผมทอง 朋通
染髮	ย้อมผม 用朋
燙髮	ดัดผม 打朋
離子燙	ยืดผม / ดัดตรง 日朋/打東

中文	泰語 & 中文拼音
大捲	รอนใหญ่ 攏啞
小捲	รอนเล็ก 攏列
髮質	แบบเส้นผม 別線朋
護髮	บำรุงผม 般攏朋
時髦	นำสมัย 喃啥埋
流行	แฟชั่น 飛嗆
復古	ย้อนยุค 用又
中分	แสกกลาง 寫干
側分	แสกข้าง 寫看
瀏海	หน้าม้า 納罵

中文	泰語 & 中文拼音
齊眉	ถึงคิ้ว 疼求
弄齊	ทำให้เท่ากัน 湯亥套干
打薄	ซอยบาง 摔般
刮鬍子	โกนหนวด 公挪
修指甲	แต่งเล็บ 典列
厚	หนา 拿
薄	บาง 般
輕	เบา 包
重	หนัก 哪
光澤	เป็นเงา 冰凹

2 美容院

ร้านเสริมสวย 浪省水

MP3-77

中文	泰語 & 中文拼音
皮膚保養	บำรุงผิว 般隆求
做臉	ทำทรีทเมนต์หน้า 湯梯面納
膚質	ชนิดผิว 恰逆求
乾	ผิวแห้ง 求恨
中	ผิวผสม 求爬聳
油	ผิวมัน 求芒
面膜	มาส 罵思
清潔	ทำความสะอาด 湯匡傻阿
修眉	แต่งคิ้ว 典求
臉部按摩	นวดหน้า 諾納

中文	泰語 & 中文拼音
去斑	ขจัดจุดด่างดำ 卡假阻擋當
去皺紋	ขจัดรอยย่น 卡假萊永
有彈	มีสปริง 咪傻冰
深層呵護	ถนอมลึกล้ำ 塔農樂浪
容光煥發	สีหน้าสดชื่น 昔納所趁
變漂亮了	สวยขึ้น 水揹

 多聽線上MP3，熟悉語調！

3 郵局

ไปรษณีย์ 掰沙尼

MP3-78

中文	泰語 & 中文拼音
信封	ซองจดหมาย 松左埋
信紙	กระดาษเขียนจดหมาย 嘎打勸左埋
郵票	แสตมป์ 啥顛
明信片	โปสการ์ด 波思嘎
卡片	การ์ด 嘎
普通郵件	จดหมายธรรมดา 左埋湯嗎搭
航空郵件	จดหมายทางอากาศ / แอร์เมล์ 左埋湯阿嘎/耶咩
掛號信	จดหมายลงทะเบียน 左埋隆他邊
包裹	พัสดุ 帕思賭
印刷品	สิ่งตีพิมพ์ 行低拼

中文	泰語 & 中文拼音
郵戳	ตราไปรษณีย์ 搭掰沙尼
蓋圖章	ประทับตรา 把踏搭
郵遞區號	รหัสไปรษณีย์ 辣蛤掰沙尼
簽名	ลงนาม / เซ็นชื่อ 隆南/先次
地址	ที่อยู่ 替有
回郵信封	ซองจดหมายแนบแสตมป์ 松左埋聶傻顛
郵資	ค่าอากรแสตมป์ 卡阿功啥顛
稱重	ชั่งน้ำหนัก 嗆難哪
收信人	ผู้รับจดหมาย 瀑辣左埋
寄信人	ผู้ส่งจดหมาย 瀑聳左埋

中文	泰語 & 中文拼音
傳真	ส่งแฟกซ์ 聳肥
郵政匯款	ธนาณัติ 他那納
電報	โทรเลข 拖拉列

TRAVEL TIPS

泰國酸辣美食

　　説到月亮蝦餅、檸檬魚、青木瓜沙拉等泰國風味美食，總讓人忍不住先聯想到一股融合了酸辣與獨特香料的味道，獨樹一格的醬汁，無論是搭配鮮美的魚蝦，還是蔬菜、肉類，都令人忍不住食指大。

　　泰國有兩種相當有名的調味料，一種是魚露，另一種則是蝦醬，魚露是由發酵的魚類所製成，蝦醬顧名思義也是由蝦類烹調而成，這兩種醬汁對泰國美食有畫龍點睛之妙。

　　泰國的甜品也相當受歡迎，無論是淋上椰奶的西米露、包了熱香蕉的糯米飯團，還是揉合了椰奶、蛋與麵粉的「卡濃夸客」，都讓人吃起來滿足的不得了，下次到泰國可別只記得上館子吃飯，這些街頭隨處可見的美食也等著你嚐鮮喔！

4 去銀行

ไปธนาคาร 掰他那康

MP3-79

中文	泰語 & 中文拼音
帳戶	บัญชีธนาคาร 般七他那康
存摺	สมุดบัญชี 啥母般欺
存錢	ฝากเงิน 法能
活期存款	ฝากกระแสรายวัน 法嘎斜萊汪
定期存款	ฝากประจำ 法把江
利息	ดอกเบี้ย 朵弊
領錢	เบิกเงิน 伯能
換錢	แลกเงิน 列能
外幣兌換率	อัตราแลกเปลี่ยน 阿搭列扁
支票	เช็ค 切

中文	泰語 & 中文拼音
現金	**เงินสด** 能所
硬幣	**เงินเหรียญ** 能憐
紙鈔	**แบงก์** 變
零錢	**เงินย่อย** 能喲
泰銖	**เงินบาท** 能把
美金	**เงินดอลล่าร์** 能東辣
日圓	**เงินเยน** 能原
歐元	**เงินยูโร** 能育裸
台幣	**เงินเหรียญไต้หวัน** 能憐代王
人民幣	**เงินหยวน** 能元

中文	泰語 & 中文拼音
活期存款	เงินฝากกระแสรายวัน 能法嘎斜來汪
定期存款	เงินฝากประจำ 能法把江
利息	ดอกเบี้ย 朵憋
利率	อัตราดอกเบี้ย 阿搭朵憋

 多會一種外語，為自己加分！

中文	泰語 & 中文拼音
租金	ค่าเช่า 卡翹
仲介	นายหน้า 乃納
房屋仲介商	นายหน้าที่ดิน 乃納替丁
手續費	ค่าธรรมเนียม 卡湯年
房東	ผู้ให้เช่า 瀑亥翹
房客	ผู้เข้าพัก 瀑靠帕
出租	ออกเช่า 哦翹
合租	เช่าร่วมกัน 翹掄干
押金	เงินค้ำประกัน 能抗把干
水電費	ค่าน้ำค่าไฟ 卡難卡非

中文	泰語 & 中文拼音
清潔費	ค่าทำความสะอาด 卡湯匡傻阿
停車位	ที่จอดรถ 替昨洛
套房	ห้องชุด 哄處
雅房	ห้องสูท 哄數
公寓	อพาทเมนท์ 阿帕面
齊全	ครบครัน 擴抗
舒適	สะดวกสบาย 洒朵洒掰
做飯	ทำกับข้าว 湯嘎靠

天天都有進步，天天都有成就感！

6 修理
ซ่อมแซม 宋先

中文	泰語 & 中文拼音
壞掉	ชำรุด / เสีย 噌路/斜
遺失	ตกหาย 朵孩
修理一下	ซ่อมหน่อย 宋乃
要幾天	ใช้เวลากี่วัน 蔡唯拉吉汪
更換	เปลี่ยนใหม่ 扁買
零件	อะไหล่ 阿萊
急著用	ใช้ด่วน 蔡短
保固期	ช่วงเวลารับประกัน 充唯拉辣把干
取貨日期	วันที่รับของ 汪替辣康
費用	ค่าใช้จ่าย 卡蔡宅

MEMO

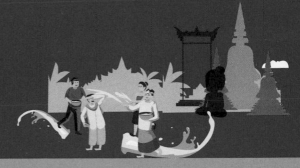

Part 13 人際互動篇

บทมนุษยสัมพันธ์

跛嗎奴沙亞嗓潘

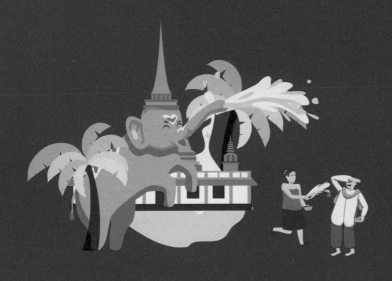

1 家族

คนในครอบครัว 空乃擴

MP3-82

中文	泰語 & 中文拼音
爺爺	ปู่ 補
奶奶	ย่า 亞
外公	ตา 搭
外婆	ยาย 壓
爸爸	พ่อ 破
媽媽	แม่ 滅
伯父	ลุง 龍
伯母	ป้า 罷
叔叔	อา 阿
嬸嬸	อาสะใภ้ 阿傻派

中文	泰語 & 中文拼音
姑母	น้าสาว 納勺
姑丈	น้าเขย 納可
姐姐	พี่สาว 屁勺
妹妹	น้องสาว 弄勺
哥哥	พี่ชาย 屁猜
弟弟	น้องชาย 弄猜
堂哥	พี่ชาย (ลูกพี่ลูกน้อง) 屁猜 (路屁路弄)
堂妹	น้องสาว (ลูกพี่ลูกน้อง) 弄勺 (路屁路弄)
表妹	น้องสาว (ลูกพี่ลูกน้อง) 弄勺 (路屁路弄)
兒子	ลูกชาย 路猜

中文	泰語 & 中文拼音
女兒	ลูกสาว 路勺
孫子	หลานชาย 藍猜
孫女	หลานสาว 藍勺
親戚	ญาติพี่น้อง 亞屁弄
家庭	ครอบครัว 擴棵
夫妻	สามีภรรยา 哈咪趴拉雅
小孩	ลูก 路
長男	ลูกชายคนโต 路猜空多
長女	ลูกสาวคนโต 路勺空多
次男	ลูกชายคนรอง 路猜空攏

中文	泰語 & 中文拼音
次女	ลูกสาวคนรอง 路勺空攏
老大	คนโต 空多
老么	คนสุดท้อง 空數痛
獨生子	ลูกชายคนเดียว 路猜空丟
獨生女	ลูกสาวคนเดียว 路勺空丟

跟著線上MP3多聽多學，學習效果超強！

2 情緒

อารมณ์ 阿籠

MP3-83

中文	泰語 & 中文拼音
喜歡	ชอบ 措
高興	ดีใจ 低宅
幸福	สุขสบาย 數傻掰
期待	รอคอย 囉咼
興奮	ดีใจ 低宅
想念	คิดถึง 奇疼
想家	คิดถึงบ้าน 奇疼辦
生氣	โกรธ 果
討厭	รำคาญ 啷康
恨	เกลียด 解

中文	泰語 & 中文拼音
嫉妒	ริษยา 力啥牙
羨慕	อิจฉา 以掐
緊張	ตื่นเต้น 登電
傷心	เสียใจ 斜宅
憂鬱	เศร้าโศก 紹所
煩惱	กลุ้มใจ 貢宅
壓力	ความกดดัน 匡果當
疼愛	รักใคร่ 辣慨
倒霉	ซวย 雖
後悔	เสียดาย 斜呆

中文	泰語 & 中文拼音
不甘心	ไม่ยอม 麥傭
害羞	เขินอาย 肯哀
難看	ไม่น่ามอง น่าเกียจ 麥那矇 那給
驚訝	ตกใจ 朵宅
疲倦	เหน็ดเหนื่อย 聶內
害怕	กลัว 瓜
歡笑	หัวเราะ 華洛
哭	ร้องไห้ 弄亥
膽小	ขี้กลัว 起瓜
丟臉	ขายหน้า 凱納

中文	泰語 & 中文拼音
噁心	สะอิดสะเอียน 傻以傻央
肚子餓	หิวข้าว 候靠
吃飽	ทานอิ่ม 湯穎
口渴	กระหายน้ำ 嘎還難

TRAVEL TIPS

潑水節（宋干節）—熱鬧歡欣的泰國新年

　　泰國有許多著名的節慶，「潑水節」是其中一種最廣為人知的節日。泰國人民稱潑水節為「宋干節」，「宋干」是古印度語，意味著太陽進入某星座，通常是在每年的四月十三日到十五日，這也是泰國的新年。

　　每到宋干節，泰國各地均會懸掛滿國旗，人民會到寺廟浴佛、浴僧，並且向長輩灑水祈福。因為灑水意味著福氣，所以泰國新年也被稱為「潑水節」。每到這個節慶，各式各樣的水槍、面具紛紛出籠，走在路上，一不小心，可能就被不認識的陌生人迎面潑水。同時各國的觀光客也會在這段期間大量湧入，一方面感受泰國熱鬧歡欣的氣氛，另一方面也可體驗渾身濕淋淋、福氣到頭來的樂趣。

3 外表

MP3-84

รูปลักษณ์ภายนอก 路辣傻那拍諾

中文	泰語 & 中文拼音
高	สูง 聳
矮	ต่ำ 擋
胖	อ้วน 旺
瘦	ผอม 彭
可愛	น่ารัก 納辣
美麗（漂亮）	สวย 隨
英俊（帥）	หล่อ 裸
健壯	แข็งแรง 勤拎
體弱	อ่อนแอ 嗡耶
身高	ส่วนสูง 損聳

中文	泰語 & 中文拼音
體重	น้ำหนัก 難那
三圍	รอบตัว 落多
長頭髮	ผมยาว 朋腰
直頭髮	ผมสั้น 朋散
捲頭髮	ผมหยิก 朋以
光頭	หัวโล้น 華唪
禿頭	หัวล้าน 華浪
黑頭髮	ผมดำ 朋當
白頭髮	ผมขาว 朋考
分叉	แตกปลาย 跌掰

4 身體部位

อวัยวะร่างกาย 阿歪呀哇浪該

MP3-85

中文	泰語 & 中文拼音
頭	หัว 華
臉	ใบหน้า 掰納
臉頰	แก้ม 建
額頭	หน้าผาก 納琶
頭頂	หัว 華
頭髮	เส้นผม 線朋
眼睛	ตา 搭
鼻子	จมูก 假母
眼睫毛	ขนคิ้ว 孔
瞳孔	ลูกตาดำ 路嘎搭當

中文	泰語 & 中文拼音
嘴巴	ปาก 把
嘴唇	ริมฝีปาก 拎皮把
鬍子	หนวด 挪
牙齒	ฟัน 方
舌頭	ลิ้น 另
下顎	คาง 康
耳朵	หู 胡
脖子	คอ 可
肩膀	ไหล่ 萊
手臂	ต้นแขน 凍琴

中文	泰語 & 中文拼音
手肘	ข้อศอก 擴所
手掌	ฝ่ามือ 法摸
手指	นิ้วมือ 牛摸
指甲	เล็บมือ 列摸
胸	หน้าอก 納哦
乳房	เต้านม 倒濃
腰	เอว 妖
腹部	หน้าท้อง 納痛
臀部	สะโพก 傻破
大腿	ต้นขา 凍卡

中文	泰語 & 中文拼音
肌肉	กล้ามเนื้อ 幹呢
膝蓋	หัวเข่า 華考
小腿	น่อง 弄
腳	เท้า 逃
腳趾	นิ้วเท้า 牛逃
腳踝	ข้อเท้า 擴逃
腳跟	ส้นเท้า 宋逃
皮膚	ผิวหน้า 漂納
肺	ปอด 跛
心臟	หัวใจ 華宅

國家圖書館出版品預行編目資料

用中文輕鬆學泰文--單字篇 (增訂 1 版) / 施明威
編著.
-- 新北市：哈福企業, 2024.02
　面；　公分. -- (泰語系列；13)
ISBN　978-626-98088-8-5　(平裝)
1.CST: 泰語　2.CST: 詞彙

803.752

免費下載QR Code音檔
行動學習，即刷即聽

用中文輕鬆學泰文-單字篇
（附QR碼線上音檔）

作者／施明威
責任編輯／ George Wu
封面設計／李秀英
內文排版／林樂娟
出版者／哈福企業有限公司
地址／新北市淡水區民族路 110 巷 38 弄 7 號
電話／ (02) 2808-4587
傳真／ (02) 2808-6545
郵政劃撥／ 31598840
戶名／哈福企業有限公司
出版日期／ 2024 年 2 月
台幣定價／ 399 元 (附線上 MP3)
港幣定價／ 133 元 (附線上 MP3)
封面內文圖 / 取材自 Shutterstock

全球華文國際市場總代理／采舍國際有限公司
地址／新北市中和區中山路 2 段 366 巷 10 號 3 樓
電話／ (02) 8245-8786 傳真／ (02) 8245-8718
網址／ www.silkbook.com 新絲路華文網

香港澳門總經銷／和平圖書有限公司
地址／香港柴灣嘉業街 12 號百樂門大廈 17 樓
電話／ (852) 2804-6687
傳真／ (852) 2804-6409

email ／ welike8686@Gmail.com
facebook ／ Haa-net 哈福網路商城

電子書格式：PDF

哈福

哈福

哈福

哈福